విరాటపర్వము - పంచమాశ్వాసము

శ్రీ

హరిహరనాథాయనమః

శ్రీమదాంధ్రమహాభారతము

విరాటపర్వము - తృతీయాశ్వాసము

త్త్వశివాత్త్వాలంబన
త త్త్వాశ్లేషా త్తశబల • తాసంగతః
[1]ర్తృ త్త్వాదికలీలా త్తము
[2]హత్తాహంకారభావ • హరిహరనాథా. 1

— • ఉపకీచకులు ద్రౌపదిం దమయన్నశవంబుతోఁ గట్టి దహింపం గొనిపోవుట • —

వ. దేవా వైశంపాయనుండు జనమేజయున కిట్లనియె. పవనతనయుం డట్లు చని మహానసమందిరంబుపరిసరంబున శరీరప్రక్షాళనంబు సేసికొని యనులేపనంబున [3]వస్రగంధం బుడిపికొని కృతకృత్యుండై శయ్యాతలంబున గూర్చుండె నిట యాజ్ఞసేనియు భీమసేనుం డింతట [4]వంట యింటికిం బోయి నిశ్చితంబున నుండునని నిశ్చయించి నర్తనశాల వెలువడి కావలివారలం బిలిచి. 2

క. నాపతు లగుగంధర్వుల
చేపడి మృతిఁ బొందె వీఁడె • సింహబలుం డీ

---

1 క. గ. ర్తృత్త్వాదివిలాసాత్త. 2 చ. హత్త్వాలంకార.
3 జ. విస్రగంధం, 4 గ. వంటకంబునింటికిం.

పాపాత్మునిఁ జూడుఁడు దు
ర్వ్యాపారఫలంబు గాంచె • నని పలుకుటయున్. 3

ఆ. వారు సంభ్రమించి • వడిఁ [1]గోలదివియలు
గొనుచు నలివు ఒగులఁ • గూడఁబాఱి
నృత్తశాలఁ జొచ్చి • రత్తఱి నాకల
కళ మెఱింగి కీచ • కవ్రజంబు. 4

చ. కడువెసవచ్చి రూపఱిన • కాయము నున్న తెఱంగుఁ జూచి బి
ట్టడలు మనంబులం గదిరి • హా యనువారును శోద్యమంది మ్రా
న్పడియెడువారు నగ్రజుని • పైఁ బడి మూర్ఛలఁ బొందువారు న
య్యెడ కరుగంగ నోర్వక మ • హిం బెఱచోఁ బలవించువారు నై. 5

వ. ఉన్నంత బంధుజనంబులు గూడంబాఱి కీచకశవంబుఁ గనుంగొని. 6

ఉ. మానవకోటి నిట్టివిసు • మానవుఁబీనుఁగు లైనవారి నెం
దైనను గంటిమే యకట • యూఱడి వమ్మయి పోయె దుర్జయం
బైనబలంబు గాని తెరు • వై తన కిత్తఱిఁ దోడు [2]గాద యు
క్కినిమనంబు గీడు పరి • కించునె క్రొవ్విసఁ జేటు దప్పునే. 7

తే. కరము లెయ్యవి శిరమేది • గాళు లెచట
జొచ్చెగంధర్వవరులచేఁ • జచ్చువార
లెల్ల నిట్టుల యగుదురో • యితనితోడి
యలుకఁ జేసిరొ యిది గదు • నక్కజంబు. 8

వ. అని వెండియు బహుప్రకారంబులం బలుకుచు శోకవిస్మయపరీతచేత
[illegible] యున్నంత నొక్కయుపకీచకుండు నిజసహోదరులం జూచి.

క. మ[illegible] మంత [3]పనని పిలిచిన
విన నేర్చునె సింహబలుఁడు • వేగమ యితనిం

---

1 అ. గాలుదివియలు. 2 చ. గాక, 3 జ. వనరి, చ. పనికి.

గానిపోవఁగ వలయుంగా
కని యుండఁ దేర్చె ననున • యాలాపములన్. 10

ఉ. సూతులు దాని కియ్యకొను • చుం దమయన్నకు నగ్ని [1]యేర్చువా
రైతగ నాచరించునెడ • [2]నల్లన ద్రౌపది వీరిచందముల్
సూతముగాక యంచు నొక • చోఁ దమచేరువనున్నఁ గాంచి నం
జాతసహోగ్రకోపు లయి • చారువిలోచనఁ బట్టి క్రూరతన్. 11

క. పెడగేలు గట్టి పాపపుఁ
బొడ వగు నిది గాదె యితనిఁ • బొడ వడఁగించెన్
గెడగూడ దీని నీతని
యొడలిపయిం బెట్టి కాల్చు • టుచితం బరయన్. 12

వ. అని విరాటుని కెఱింగించిచేయువారై యంతకు మున్న యావృత్తాంతం
బంతయు విని సంక్షుభితహృదయుం డై యున్నయతనిపాలికిం బోయి.

తే. ఎల్లభంగుల సైరంధ్రి • నేము సింహ
బలునితోఁ జంపువారమై • తలఁచి నీకు
నెఱుఁగఁ జెప్పంగ వచ్చితి • మీవు నింత
వట్టు పున్నన మాకు నీ • వలయు ననిన. 14

వ. ఆతండును దనమనంబున నయ్యుపకీచకులచందంబు సూడ నేను వారిం
చితినేనియు నుడుగం గలవారు గా రని యూహించి వారలం గలయం
గనుంగొని యట్లకాక మీకుం బోలినతెఱంగు సేయుం డనిన నదియ
యనుమతిగాఁ గైకొని సరభసంబునం జనుదెంచి. 15

ఉ. అంగజరాగమత్తుఁ డగు • నన్నకు నిమ్మెయి నైనఁ బ్రీతి సే
యంగలవార మీజఱబి • యాతనితోడన తీఱఁగాక యం

1 గ. యిచ్చు. 2 గ. వల్కృత.

చు గొనిపోయి దైన్యమున • సూతునిపేర్చుఁ గుమీఁదఁ బాండుపు
త్త్రింగవఁ బెట్టి కట్టిరి ద • యాపరివర్జితచిత్తవృత్తులై. 16

చ. అశుచియుఁ గష్టుఁడుం లఘువు • నైననిజాగ్రజుని మేనితోడ ని
త్యశుచియుఁ బుణ్యశీలయు నుదాత్తయు నాఁ జనునింతిఁ గొంచుఁ గ
ర్కశమతిఁ గీచకుల్ బహుసు • ఖంబుల బాంధవవిప్రలాపముల్
ఔళ లద్రువం జెలంగఁ గర • దీపనికాయము ప్రజ్వరిల్లఁగన్. 17

క. పితృవనముదెసకుఁ జన స
య్యతివ భయభ్రాంతచిత్త • యై బాష్పజలో
ద్గతి మొగముఁ గప్ప నిట్లని
యతిరావముగా నొనర్చె • నాక్రందనమున్. 18

ఆ. అనద నైతి నిచట • నాలికుఁ బ్యాలింపుఁ
డకట మీరు గలుగ • నాక్రమించి
నన్నుఁ గట్టి సూత • నందను లిమ్మెయి
వెఱపు లేక [1]భంగ • పఱచువారు. 19

ఉ. అనతవైరి యోజయ స • హోద్ధృతవిక్రమ యోజయంత దు
ర్మానవిఘూర్ణ మానరిపు • మర్దన యోవిజయాభిధాన తే
జోనిహతాహితప్రకట • శూరగుణప్రతిభాస యోజయ
త్సేన విరోధిబాహుబల • జృంభణభంజన యోజయద్బలా. 20

సీ. [2]తొడఁగినపని చలం • [3]బెడపక యతిదుష్క
రం బైనఁ గడతేర్చు • ప్రభువులార

---

1 క. భంగపఱచువారె. 2 చ. జ. తొడరిన. 3 గ. బెడలక.

పెనఁగిన నై వస్త్ర • తతి నైనఁ గడిమిమై
వ్రేల్మిడిఁ బరిమార్చు • వీరులార
శరణార్థి యగుదుష్ట • శాత్రవు నైనను
గరుణ రక్షించు స • త్పురుషులార
యర్థికిఁ బ్రాణంబు • లైనను దాపక
తమకించి యిచ్చు న • దారులార

తే. నాథులార గంధర్వర • త్నంబులార
నన్ను నుపకీచకులు దమ • యన్నశవము
నందు బంధించుకొని వెస • నరుగుచున్న
వారు రక్షింప వేగ రా • వలయు మీరు.

—• భీముఁ డుపకీచకులం జంపి ద్రౌపదిని విడిపించుట •—

చ. అని పలవించునయ్యెలుఁగు • లాపవమానతనూజుఁ డేర్పడన్
విని మది నాదువల్లభకు • వీండ్రును గ్రమ్మఱ నింత సేసిరే
యనుచు సరోషసంభ్రమత • నాయిత మై వెసఁ బాటి వప్రలం
ఘన మొనరించె గుప్తముగ • గ్రక్కున ముచ్చెకువానికిం దగన్. 22

తే. ఇట్లు లంఘించిపోయి ప • రేతభూమి
యొద్ద నలుదిక్కులును జూచి • యొక్క యున్న
తావనీజంబు వెఱికి రా • ప్రాతిరేక
మదర భుజశిఖరంబున • యం దమర్చి. 23

మ. వికటభ్రూకుటిఘోరఫాల • [1]కలితస్వేదోద్భటుండుం జల
ద్వికృతోష్ఠద్వయుఁడుం [2]ప్రమర్దనదశా • విర్భావసంభావితాం

1 ఘ. ఘటితస్వేదోద్భవుండున్, 2. చ ప్రకటవ.

గకుఁడుం జిత్తవిదాహదోహలసమ • గ్రక్రోధవేగుండు నై
బకవిధ్వంసకుఁ డయ్యెడన్ నిలిచె స్తం • భమూర్తివిస్ఫూర్తితోన్. 24

వ. తదనంతరంబ 25

ఆ. సూతుశవములోడ • నేతెంచు [1]నెరవులు
దవ్వుదవ్వులవ యు • దగ్రరూప
కలితుఁ డైనభీముఁ • గనుఁగొని నడవక
నిలిచి రంతనంతఁ • గలఁగఁబాఱి. 26

మ. ఇదె గంధర్వులు వచ్చి ముట్టికొని రిం • కెక్కెక్కొ యంచుఁ భయం
బొదవం బల్లములందు డాఁగియు సమీ • పోర్వీజముల్ ప్రాఁకియుం
జెదరం బాఱియు నీరు సొచ్చియును ని • శ్చేష్టం బదద్వంద్వముల్
గుదివడ్డం బెగ డొందియున్ భరితసం • క్షోభాత్ము లై రత్తఱిన్. 27

ఉ. సూతులు భీతు లై ద్రుపద • సూతిసమేతము గాఁగ నగ్రజ
ప్రేతము వైచి వీటిదెసఁ • బెల్లుగఁ బాఱఁ దొడంగినన్ వడిన్
వాతసుతుండు ముట్టికొని • వారి బశల్పడ ద్రేసి యందఱం
జేతులతీఁట వో నుఱుము • సేసె విశృంఖలవిక్రమంబునన్. 28

వ. ఇవ్విధంబున నూటయేవు రుపకీచకులను సమయించి శమితక్రోధుం డై వచ్చి పాంచాలీబంధమోక్షంబు గావించి యింక నిశ్చితంబున సుధేష్ణ మందిరంబునకుం జను మని యవ్వెలంది వీడుకొలిపి తానును వేఱొక్క మార్గంబున మహానసగృహంబున కరుగుదెంచెం దత్సమయంబున విరాటుండు గీచకానుజులు గంధర్వులచేత నిరవశేషంబుగా మృతిం

---

1. ఱ. కీచకుల్. చూడు 'నెరవుల' (విరా ౧-౨౪౫) 'నెరవొంది' (విరా. ౩-౧౦౨).

బొంది రని విని చకితచేతస్కుం డగుచు సహోదరమరణశోకాయత్త చిత్త యయినజీవితేశ్వరి నుచితాలాపంబుల ననునయించి యిట్లనియె

ఆ. చంద్రవదన యింత సై • రంధ్రి నిచ్చోటు
వాప వలయు నేమి • భంగి నైనఁ
గాన నాదుపలుకు • గాఁ జెప్పు వెడలుట
కనుగుణముగ నమ్మృ • గాక్షితోడ. 30

ఆ. పురుష లాలతాంగి • పొరువునఁ బోయినఁ
జేటు వచ్చుఁ గాన • చెప్ప నేను
వెఱతు నాఁడువారు • ¹వెరవుతో మృదువచో
రచనఁ జెప్పుటరయ • నుచితవృత్తి. 31

ఉ. ఆకమలాక్షిరూపమహి • మాతిశయంబు మనోహరంబు భో
గైకపరాయణుల్ పురుషు • లంగజుఁ డప్రతికారచేష్టిత
స్వీకృతలోకుఁ డట్లగుటఁ • జేటు పురంబునవారి కెప్పుడుం
గా కెటు లుండు నిట్టియవ • గాఢపుఁబొత్తు మనంగ వచ్చునే. 32

క. అని నిశ్చయించి పలికిన
విని కేకయరాజపుత్త్రి • విభుతలఁపు మనం
బునకుఁ బ్రియం బగుటయుఁ గై
కొని యాపని యట్లచేఁత • కుం బూనెఁ దగన్. 33

క. అంతం గుంతీనందన
కాంతాచింతామహాంధ • కారముతో న
త్యంతంబు ²మచ్చరించెనో
సంతమసం బనఁ బ్రభాత • సమయం బయ్యెన్. 34

1 క. తెఱఁగుతో. 2 క గ చ. ప్రచ్చిలించెనో.

వ. పదంపడిఁ బద్మినీప్రమోదసంపత్కారుం డగు నరుణకిరణుం డుదయించె
నటమున్న పాంచాలి సచేలస్నానంబు సేసి రాగాదివికారనిరాసంబునం
బ్రసన్నయయిన బుద్ధియుంబోలె సింహబలప్రభృతికీచకవిధ్వంసనంబునం
దెలి వొంది మందయానంబునం బురంబు సొచ్చి రాజవీధి నరుగుదెంచు
నప్పుడు. 35

సీ. మనకీచకుల కెల్ల • మారి యై పుట్టిన
సుదతి వో యెడు నని • చూచువారు
నద్దిరా నీకుఁ గ్రొ • వ్వఱుగదేఁ జూతుగా
కని తల నూఁచక • యడఁగువారు
నలవోక గనుఁగొని • యంతరంగము బిట్టు
బెదర మాఱుమొగంబు • వెట్టువారు
నెదురుగా వచ్చిన • నెంతయేనియు దవ్వు
గలుగ వేఱొకత్రోవఁ • దొలఁగువారు

తే. ముట్టఁబడి మేనఁ గంపంబు • పుట్టనొదిఁగి
యుండువారుఁ గరంబున • నుదర మప్ప
ళించి యమ్మరో [1]రక్కెస • యంచు సుల్ల
ములుకువారునై పురజనం • బులు దలంకి. 36

చ. పులిఁ గనుఁగొన్న [2]లేడులును • బోలె విభీతిఁ గలంగఁ బౌఱ న
న్నెఁతుక యంతరంగమున • నింపినహాస్యరసంబు మోముపై
వెలివిరియంగ నీక చని • వేచి మహానసశాలవాకిటన్
నిలిచినభీము పేర్మిఁ గని • నెయ్య మెదం జిగురొత్తు చుండఁగన్. 37

1 జ. రక్కసి. 2 క గ లేళ్ళగమి వోలె.

క. తనయంతన యటు వలుకుచుఁ
జనువిధమున నతనిదిక్కు • చక్కనిచూడ్కిం
గనుఁగొనక ద్రుపదనృపనం
దన యిట్లను నిజకృతార్థ • తం దెలుపుటకున్. 38

తే. కీచకులదెసఁ బుట్టిన • కిల్బిషంబు
పాచి నన్ను రక్షించిన • పరమధర్మ
రతికి గంధర్వపతికి ని • రంతరంబు
భక్తియుక్తిమైఁ బ్రణమిల్లి • బ్రదుకుదాన. 39

వ. అనిన విని యనిలనందనుండు నిగూఢవచనచాతుర్యధుర్యుండై యి
ట్లనియె. 40

చ. అతివ యపాయముం బొరయు • నప్పుడు గావఁ దక్కనేసి యా
పతి పతియే తలంప మగ • పాడియె లోకముపాడియే భవ
త్పతు లిటు లాచరించుట గ • దా భవదీయమనోనువర్తన
స్థితి [1]కుచితంబు వారల[2]ను • తింపఁగ నేల నిసర్గవృత్తులన్. 41

— • ద్రౌపది యర్జునునితో సల్లాపంబు సేయుట • —

తే. ఇట్లు దమ్ము నిరూపింప • నితరజనము
లకు నశక్యంబుగాఁగ స • ల్లాపరసము
ననుభవించుచు నల్లన • ల్లన లతాంగి
యరిగె నర్తనమండపో • పాంతమునకు. 42

వ. చని విరాటకన్యకలయాటఁ జూచుచందంబున నందుఁ బురంగిరనంద

---

1 చ జ. యుచితంబు వారికి. 2 క. వారల....నిసర్గవృత్తముల్; ఖ గ చ. వారికి....నిసర్గవృత్తముల్.

నుం గనుంగొనునప్పాంచాలి నాలోకించి యతండును దారును దదభి
ముఖంబుగా వచ్చి యక్కన్నియ లిట్లనిరి. 43

ఉ. కీచకకోటిచేతనొక • కీడును బొందక వచ్చితమ్మని
న్వేచినదు ర్మదుండు జము • నిం గొలువం జనెనమ్మ యంతఁటో
కేచినసూతు లీయెడలి • కింతయపాయ మొన ర్తురమ్మ పే
కొచి విరోధులం దునుమఁ • గా నిటు నుట్టుదురమ్మ నీపతుల్. 44

వ. అని తాను మున్ను విన్నకీచకవృత్తాంతంబున కనుగుణంబుగా నుపచా
రంబులువలుకు చుండ నాబృహన్నల సైరంధ్రి కి ట్లనియె. 45

క. ఆపాపాత్ములనీచ
వ్యాపారక్రమము వార • లందఱు మృత్యు
ప్రాపితు లై వతెఱంగును
నీపలుకుల నెఱుఁగ వలయు • నెలఁతుక చెపుమా. 46

వ. అనిన విని సైరంధ్రి సాభిప్రాయంబుగా బృహన్నల కి ట్లనియె. 47

తే. కన్నియల కొట గఱపుచు • నున్ననీకు
నకట సైరంధ్రి యిప్పుడే • మయ్యెనేని
ఖేద మెద నించుకయు లేమిఁ • గా దెనన్ని
తాననంబుతో నన్నిటు • లడుగు టెల్ల.

వ. అనిన బృహన్నల యి ట్లనియె. 49

క. నీ వలుగులపడుటకు దుః
ఖావేశము వొందనే ని • రర్థక మగుని
య్యేవపుఁ బుట్టువు పుట్టిన
నావగ పెవ్వరికి నెక్కు • నళినదళాక్షి. 50

క. నీకోడిపరిచయము లే
[1]దే తలపోయఁగ ననింద్య • యెందును నీ వి
ట్లాతురవగుటకె నాయది
నేతాపము లేదు నైజ • మెఱుఁగవు గంటే. 51

వ. అని తాను నిజసహోదరులయట్లపోలె వేషాంతరంబు దాల్చినయంతియ
కాక యూర్వశి యిచ్చినశాపం బనుభవించుటకు శరీరాంతరపరిగ్రహంబు
సేయుటంజేసి రిపుమర్దనంబు తనకు వెరవు గాకునికి గుప్తపాభిజ్ఞానం
బుగాఁ దెలిపిన బలసూదనసూనుపలుకులు విని పాంచాలి యంతస్స్మిత
కమనీయకపోల యగుచు నిట్లనియె. 52

ఆ. అట్ల కాక యింత • యన నేల నీమది
తెఱుఁగు గొంత యేను • నెఱుఁగ కున్న
దానఁ గాను నగరఁ • దగవుమైనీవు వ
ర్తించుటయ కరంబు • ప్రియము నాకు. 53

వ. అనుచుం గన్యకాపరివృత యై యరిగి యంతఃపురంబు సొచ్చి సహోదర
మరణశోకాతుర యగు కైకేయికడకుం జనునప్పుడు. 54

సీ. [2]ముదమున నెలమిసొం • పొదవ నెమ్మొగమునఁ
దోఁపంగ వచ్చినఁ • ద్రోచి త్రోచి
లలి నుల్లసిల్లుచు • లలితలోచనదీప్తు
లడర నుంకించిన • నాఁగి యాఁగి
సంతసంబునబాలి • శము లగుచెయ్వులు
దొడరఁజూచినఁ జేయ • నుడిగి యుడిగి
మనమున నుబ్బుమై • మాట నాలుకకు రాఁ
గడఁగిన నాడక • కడపి కడపి

---

1 క. తే, నే, 2 జ. మదమున.

తే. ధీర య్యెయిట్లు సమ్మద • పూరమునకు
గలువతన మనుబలితంపుఁ • గట్టు వెట్టి
వెలఁది యెఱుఁగనియదివోలె • వికృతిలేక
యల్లనెప్పటియట్టుల • యరుగుటయును. 55

క. భయశోకంబులు దనదుహృ
దయమునఁ [1]బిరిగొన విరాట • ధరణీనాథ
ప్రియసంభావన సేసె వి
నయపూర్వము గాఁగ ద్రుపద • నందనకుఁదగన్. 56

వ. ఇట్లు సంభావించి యత్తరుణిందన పరిసరంబుననునిచికొని తదీయవదనంబవలోకించి. 57

తే. నీవు చక్కనిదానవు • నెలఁత ధైర్య
రహితచిత్తులు మగవారు • రాజు దీనిఁ
దలఁచి భయమంది నిన్ను నీ • వలచునెడకు
నరుగునట్లుగఁ బ్రార్థించి • యనుపు మనియె. 58

వ. అని తనమనంబునం గదిరినయనుజవియోగశాపం బుత్కటం బగుటయు వెండియునిట్లనియె. 59

క. [2]బిరుదు గలమగలు గల రవి
తరమిడి చంపింపఁ జూచె • దవు జనములు నీ
పౌరువునఁ బోవెఱతురు మా
పురమును రాష్ట్రంబు వెడలి • పొ మ్మెందైనన్. 60

వ. అనిన విని విరాటవల్లభకు సైరంధ్రి యిట్లనియె. 61

---

1. ఘ. బిరికొన. 2. చ. బిరుదు లగు.

ఉ. ముందటియట్ల యింతఁ బదు • మూఁడుదినంబుల మాత్రకున్ భవ
న్మందిరవాస మియ్యకొని • వం గడతేఱు మదీయవాంఛ యం
తం దగఁ దోఁచి మత్పతు లు • దాత్తమతిన్ భవదీయవాంఛితం
బుం దలకొల్పఁ జాలుదు ర • పూర్వపుసమగ్రపదంబు సేతురున్. 62

క. కృత మెఱుఁగుదు రుపకార
వ్రతమున వర్తింతు రెప్డు • వదలరు కరుణా
న్వితు లీనరపతికి శుభ
ప్రతిపాదకు లగుదు [1]రేమి • భంగుల నైనన్. 63

వ. కావున 64

క. సైరంధ్రి యిట్టు లనుటకుఁ
గారణము దలంప నేమి • గా నోపునొ యం
చారసి బహు ప్రకారవి
వాదములకుఁ జొచ్చు టుడుగు • సరసిజవదనా. 65

క. ఇదియేమి యైన నే మగు
మది నా [2]కిం తెలయఁజుచు • మన్నన యెల్లం
దుదిఁ జెఱుపక ప్రార్థన సే
యుదుఁగా కని నిశ్చయించు • టుచితము నీకున్. 66

చ. అనిన సుదేష్ణ యి ట్లనియె • నం తవు నంతయు మద్గృహంబునం
దునికికి సమ్మతించితి ని • జోచితవృత్తిఁ జరింపు నాదునం
దనుల మదీయవల్లభు ను • దాత్తమతిం బరికించికొమ్మనీ
మనమున కెట్టు లూఱట న • మస్తము నట్టుల చేసెదం దగన్. 67

1 చ జ. రెన్ని, 2 గ జ కించిత యేల • మున్నన... టుచిత మె,

క. అని యీఁగతిఁ బలికిన
వని తొల్లిటియట్ల యుచిత • వృత్తి ద్రుపదనం
దన యుండె నట్టియెడ ని
ట్లని మోసిరి జనులు పురము • నందును భూమిన్. 68

చ. విరటుమఱంది కీచకుఁడు • విక్రమదుర్దముఁ డన్యసైన్యభీ
కరమహనీయమూర్తి బల • గర్వసముద్ధతచిత్తుఁ డెందు నె
వ్వరు సరిలేరు వీని కన • [1]వాలినవండి మగండు చూడ న
చ్చెరు వగుచావు సచ్చె నటు • సేసినవారలె యెట్టివీరులో. 69

తే. సింహబలుఁడు గంధర్వుల • చేత నొక్క
సతికిఁగా నిట్లు ఘోరంపుఁ • జావు సచ్చె
నకట రిత్తకు రిత్త మ • త్స్యావనీశు
లావు గోల్పోయె సూతకు • లంబు వ్రాలెనె. 70

వ. ఇవ్విధంబునం బ్రవర్తిల్లు జనవాదంబు గ్రమక్రమంబున సమస్తదేశం
బుల [2]నెరసి చెల్లుచుండె నట్టియెడ 71

• దుర్యోధను నివేగులవారు పాండవుల వెదకి కానక వచ్చుట •

ఉ. పాతకి యై సుయోధనుఁడు • పాండుతనూజులు నల్వు రున్నయ
జ్ఞాత[3]విధివ్రతంబు గలు • షంబుగఁ జేయఁ దలంచి పంచినన్
భూతల మెల్లఁ జూచి మును • వోయెడునప్పుడు చెప్పుకొన్నసం
కేతపుఁజోటఁ గూడఁబడి • ఖేదముఁ బొందుచుఁ జారు లందఱున్ 72

వ. మగిడి వచ్చి హస్తిపురంబున కేతెంచి. 73

1 గ. వ్రాలిన, 2 ఘ. నెగసి, 3 ఖ. వృథా.

సీ. వరుస నేనుంగులు • గురిసినదానధా
రావలి దగుకల • యంపి గాఁగ
రాజుల సందడి • రాసినతొడవులు
మురిసి రాలినపొడి • ముగ్గుగాఁగఁ
గంతలపంటల • గతిఁ ద్రెస్పి తొరఁగిన
హారముల్ పుష్పోప • హారములుగ
నే మేము యని యొరి • నెత్తినపరదేశి
బొరుపావడములు • తోరణముగ

తే. సహజమైన యలంకార • మహిమ నతిశ
యిల్లి మహనీయ వైభవ • మెసక మెసఁగ
వఱలు నరపతిమందిర • ద్వారభూమి
పేర నరిగి యావేగుల • వారు ప్రీతి. 74

వ. సముచితంబుగాఁ బ్రవేశించి. 75

తే. ద్రోణగాంగేయభానుజ • గౌతమ కృపసు
శర్మదుశ్శాసనులు సర్వ • సైన్యపతులు
నార్యజనములుఁ గొలువమ • హర్మ్యకాంచ
నోన్నతాసనమునఁ గొలు • వున్నవాని. 76

స్రగ్ధర. మౌళిస్రక్సంగరంగ • న్మధుకరపటలీ • మానసాకృష్టివిద్యా
శాలిస్ఫారాబ్జరేఖాం • జలి పుటఘటనా • చారుఫాలస్థలక్ష్మీః
పాలశ్రేణీవిశాలాం • బకకుముదవనీ • బాంధవాయత్తచంద్ర
శ్రీలీలాగాఢకాంతి • స్మితవదనరుచి • స్ఫీతు నాగేంద్రకేతున్. 77

వ. కని జయజయశబ్దపూర్వకంబుగా సాష్టాంగదండప్రణామంబు సేసి. 78

క. మొగిచిన చేతులు ముందల
నిగిడించి నితాంతవినయ • నిరతిం జారుల్
దగ విన్నవించి రిట్లని
జగతీశ్వరునకు విజప్ర • చారం బెల్లన్. 79

క. దేవరయానతిఁ బాండవు
లేవురు ద్రౌపదియు నున్న • యెడ యేమరయం
గా వెడలివారు సనినమ
హా[1]విపినంబులకుఁ దొలుత • నరిగితిమి వెస౯. 80

వ. అందు

ఆ. [2]పరఁగుపొదరు పొదరు • పల్లంబు పల్లంబు
మ్రాను మ్రాను దుర్గ • మంపుఁజోటు
దుర్గమంపుఁజోటు • దొన దొన గుహ గుహ
యాది గాఁగనెందు • నరసి యరసి. 82

వ. ఒక్కయెడ నరదంబు లరిగినచొప్పు గాంచి దానివెంబడిం జని చని 83

క. కేవలసూతులతోడన
పోవుట గని వారిఁజేరఁ • బోవక యది యిం
కేవంకఁ బోవునొకో యను
భావనఁ బోఁచితిమి దాని • పజ్జన యేము౯. 84

వ. అదియును ద్వారకానగరంబున కరిగిన. 85

క. అందుల నుండుదు రనునా
సం దెల్లముగాఁగఁ బెక్కు • చందంబుల ము
ట్టం దిరిగి తడవి కుంతీ
నందనులం గాన లేక • నానాభంగి౯. 86

---

1. జ. విపినంబునకు, 2 క. పఱుపుఁబొదరు.

వ. విచ్చి పోయి సప్తదేశంబులుం గలయం గ్రుమ్మరి కొండొకయు నుపేక్షలేక [1]పరువుతోడిద కాఁ బరికించుచు బయలను నాలస్యంబుదక్కి యోలంబునట్ల శోధించుచుఁ [2]గీడయిన నుదాసీనత యుడిగి మేలుచందంబున భావించుచు వివిధ ప్రకారంబు లయినబహు ప్రదేశంబులు రోసి కౌంతేయులం గానక సంకేతస్థలంబునం గూడికొని మా వర్తించిన తెఱంగు దేవరకు నెఱింగించి యట దివ్యచిత్తంబున నవధరించినభంగి సేయువారమై చనుదెంచితిమి మాపం జూడఁ బాండవులు పొడవడంగి లేకపోయిరి గాని యాలోకంబున నునికిఁ గలిగిననగపడకుండ నేర రిది యిక్కార్యంబునున్నరూపు మఱి యొక్క విశేషంబునం బ్రియం బంది వచ్చితిమి చిత్తగింపుము.

సీ. మత్స్యదేశాధీశు • మఱఁది గీచకుఁ డను,
జ్యోజ్జ్వలాకృతి యగు • నొక్కవనిత
రతమున నడు రేయి • గంధర్వు లతిరహ
స్యప్రకారంబునఁ • జంపి రదియు
నక్కజం బాయుధ • [3]వ్యవహార మేమియు
లేదు శిరంబు గా • ళ్లేలు దొక్క
లోనికిఁ జొరఁ ద్రోచి • పిసుంగుముద్దగాఁ
జేసి వైచిరి దుష్ట • చిత్తులైన

తే. యతనితమ్ముల నొక్కరి • నైనఁ దప్పి
పోవ నీక యారాత్రియ • పొదివి చిత్ర
విహతిఁ దెగఁ జూచి యనిరూప • ణీయదుర్ని
వార వృత్తిమై నరిగిరి • కౌరవేంద్ర. 88

వ. విరాటుండు పగతుండు గావునఁ దదీయవ్యసనం బెఱిఁగింప వలయునని

---

1 ఘ. వెరవు. 2 ఖ. గీడు నుదాసీనత, 3 గ. వ్యాపార.

విన్నవించితి మది యట్లుండెఁ బాండవుల నన్వేషించుమని [1]యిటమీఁ
దం జిత్తగించు తెఱం గాన తిచ్చునది యనిన విని యట్ల చేయుదము
గాక, యని వారలఁ బోవం బనిచి కొంతసేపు చింతాక్రాంతుం డై
యమ్మహీకాంతుండు మంత్రులం జూచి యి ట్లనియె ౮౯

తే. సమయసముచితకృత్యంబు • చక్కఁ జేసి
పాండవులు రాజ్యమున కాస • పడక మున్న
యరసి యెఱిఁగి యరణ్యంబు • నందుఁ దొంటి
యట్ల యిడుమలఁ గుడువఁ బో • నడువవలయు. ౯౦

క. ఎఱుఁగుట దుర్ఘటమెవ్విధి
నెఱుఁగంగా వచ్చు మీర • లెల్లను మీ మీ
యెఱిఁగినచందంబున నా
కెఱిఁగింపుఁడు వారి వెదకి • యెఱుఁగు తెఱంగుల్. ౯౧

వ. అనిన రాధేయుం డి ట్లనియె. ౯౨

ఆ. వివిధదుర్నిరూప • వేషముల్ గై కొని
నిఖిలదిశలయందు • నిపుణవృత్తి
[2]నెఱుఁగునట్లుగా న • నేకులఁ బుచ్చిన
నెల్లి నేఁటిలోన • [3]నెఱుఁగఁబడరె. ౯౩

క. అనుపలుకులు విని దుశ్శా
సనుఁ డేమియు నరకుగొనక • సమద[4]విలాసా
ననుఁ డై నిజాగ్రజన్ముని
గనుఁగొని యి ట్లనియె గాఢ • గర్వస్ఫూర్తిన్. 94

---

౧ చ. కిఁక, ౨ ఛ. నేఁగునట్లుగా, ౩ క గ. నెఱుకపడరె, ౪ జ. వికాసా.

చ. వలవదు రోయఁ బాండవుల • వారొక [1]యాఁకట లేని [2]త్రిప్పుటన్
బల మఱి వన్యసత్త్వముల • పొల్పడి చచ్చినచోటఁ బూరియు
న్మొలవదె యింత కిం కిట మ • నోముడ మస్థితంబు గాఁగ వి
చ్చలవిడి రాజ్యలక్ష్మిఁ దగు • చందమునం గొనియాడు మున్నటిన్.

వ. అనిన విని దరహసితవదనుం డగుచుఁ గుంభసంభవుం డి ట్లనియె. ౯౭

ఉ. క్షాత్రసమగ్రగు ణాఢ్యనుత • గౌరవదీప్తులు వర్తనీయసౌ
భ్రాత్రు లుదాత్తదైవబల • భవ్యులు దివ్యసమాను లా పృథా
పుత్రులు వారి నాపదలు • పొందునె యోపిన నింక నైన నీ
ధాత్రిఁ గతంగి కూరయువి • ధంబులు సెప్పుఁడు నేర్పులేర్పడన్.

-భీష్ముఁడు దుర్యోధనునితో ధర్మరాజు సుగుణంబులఁ జెప్పుట-

వ. అనిన నాతనిమాట లాదరించి భీష్ముం డి ట్లనియె. ౯౮

ఉ. నల్లవొ నిక్క మాడె నృప • నందనుముందట ద్రోణుఁ డొక్కఁడుం
దెల్లము వారు బాహుబల • ధీబలదైవబలంబు లొప్ప న
త్రిల్లుదు రమ్మహాత్ముల క • రిష్టము లేమిట నెందు నేల పా
టిల్లెడు వారిఁ [3]గాన్పను గ • డింది తదీయమహానుభావతన్. ౯౯

క. వారలును వీరలును నా
కారయఁగా నొక్కరూప • యైనను గార్యం
బీ రెఱఁగింప వలయు నని
కౌరవపతి నన్ను నడిగెఁ • గాన నితనికిన్. 100

క కలరూ పెఱఁగింపంగా
వలయుం జెప్పెద మదీయ • వచనములు హితం

---

1 క గ. యూఁకువ, యుడ్కువ, 2 క. పిప్పుటన్. 3 క. గాంచుట.

బులు గాఁగ నిశ్చయస్థితిఁ
దలఁచి యనుష్ఠింప బుద్ధి • దలకొను నేనిన్. 101

సీ. బ్రాహ్మణ భక్తియుఁ • బరహిత [1]శక్తియు
నిర్మలమతియును • నీతిరతియు
సత్యభాషణమును • సాధుపోషణమును
జిరవితరణమును • సేవ్యగుణము
సన్మార్గరక్షయు • సన్మంత్రశిక్షయు
నంచితోదయము గృ • హాతిశయము
బంధుసంప్రీతియు • భవ్యవిభూతియు
[2]శాస్త్రోపగమము స • స్థలితదమము

తే. సజ్జనస్తవనీయసౌ • జన్యములును
ధర్మసంచితబహుధన • ధాన్యములును
గలుగు దక్షిణపుణ్యదో • హలుఁడు ధర్మ
సూనుఁ డున్న దేశంబున • మానవులకు. 102

క. మఱియును నొక్కవిశేషం
బెఱిఁగించెద వతనియున్న • యెడ గోధనముల్
మెఱుఁగెక్కి పాఁడి నేమిం
గొఱఁతపడక యుండఁ జేఁపు • కురియుచునుండున్. 103

వ. కావున నిట్టిదేశం బిప్పు డెయ్యది యగు నందుఁ గుంతీ తనయుల వర
యం బనుపవలయు ననినఁ గృపాచార్యుం డి ట్లనియె. 104

క. అరయఁగ నయ్యెడు తెఱఁగుల
నరయుట కార్యంబు వారి • నాలస్యము లే

---

1 చ ఇ. యుక్తియు, 2 ఇ శాస్త్రానుగమము.

కరయునది పెక్కుభంగుల
నరసినఁ దోఁచెదరుగాక • యది యట్లుండెన్. 106

ఉ. వారలు పూనినట్ల వన • వాసము సల్పిరి [1]పీవు వేచి త
మ్మారయఁగా బయల్పడని • యట్లుగ నుండెదువత్సరంబునుం
[2]జేసుపచేరువల్ గడచెఁ • జిత్తములం గలుషంబు లమ్మహా
వీరుల కిన్నృపాలునెడ • వీరికి నూరక యున్కి గర్జమే. 106

క అలు చైనను బగతునిదెసఁ
దలఁపు గలుగవలయు ననిన • దర్పోజ్జ్వలదో
ర్బలు లగుకౌంతేయుల మన
మెలమికలిమి నచ్చి యిట్టు • లేమఱ నగునే. 107

చ. మనబల మెంత యంతయు స • మగ్రసముద్యమదుర్ధమంబుగా
మునుమును గూర్చి తోడుఁడు • మూఁకలకుం దగువైఁ గ్రమక్రమం
బున నెఱిఁగించి రాఁ బనిచి • భూరిసముజ్జ్వల సైన్యజృంభణం
బున [3]నెర వొంది యున్కి కురు • భూపతి కిప్పటి కార్యమారయన్.

ఆ. పాండురాజసుతులు • బాసమై నడపరి
గడచి కయ్యమునకుఁ • గాలు ద్రవ్వ
కున్నయట్టులైన • విన్నరనాథుతో
సంధి సేయు టొప్పు • సముచితముగ. 108

క. ఏచి చలంబున [4]నొంటికిఁ
జూచిన నప్పటికి మనకుఁ • జూడం గార్యం

1 ఘ. వైరులేవి .. మందిరి, వత్సు, 2 క గ. జేరువ సేరువం.
3 గ. నెరవొంది. 4 చ. నేటికిఁ.

భేదదండంబునఁ దెలియఁ గగు
నాచాలుట కోర్వవలయు • నది యట్లుండెన్. 110

క. వారలు [1]లేరటె పో పెఱ
వారలఁ దగుభంగి మనకు • వశ్యులఁ జేయన్
భూరిబలయుతుల మగుటయ
కారణ మను టనుమతంబు • గాదే మనకున్. 111

తే. ఇవ్విధంబునఁ దమతమ • యెఱుఁగు తెఱఁగు
లందఱును జెప్ప విని కురు • నందనుండు
దగ విచారించి కార్యంబు • తెగువ గాంచి
యెలమి వారలఁ గనుఁగొని • యిట్టు లనియె 112

ఆ. సింహబలుఁడు భీము • నేనుండు శల్యుండు
హలధరుఁడు సమాన • బలమువార
లొండొరులను గెలుచు • నుత్సాహమునుగల
[2]రుద్ధతులును బాహు • యుద్ధపరులు. 113

క. ఈనలువురభుజశక్తుల
తో నెనయఁగ జాలువట్టి • దోర్బల మెందుం
గానము గావున వీరల
లోనన యొండొరుల కని గె • లుపు సమకూరున్ 114

ఉ. తక్కినవార లాతనికి • దవ్వులచోటులవారు వాయుజాం
దొక్కఁడ యింక సింహబలు • నుద్ధతి మాన్పిన మాన్పువాఁ డతం
డక్కడ నిల్చెఁ గావలయు • నాసతి ద్రౌపది గాఁగ నోపు వే
ఱొక్కరుఁ డాజిఁ గీచకుల • నోర్వఁగఁ జాలమి మీరెఱుంగరే. 115

1 జ. వేఱట పో. 2 గ. యుద్ధతులును.

క. గంధర్వు లనునెపంబున
నంధతమసగూఢవృత్తి • ననిలసుతుఁడు గ
ర్వాంధపతి యైనసూతు న
బాంధవముగఁ జంపెఁ గాక • పగలకు వశమే. 116

వ. పితామహుం డుపదేశించినలక్షణంబు లద్దేశంబునం గలిగియుండు నవి విందుము పాండవులు ప్రచ్ఛన్నవేషంబున విరటుప్రోల వసియించిన వారు గావలయు నతండును బ్రతిభటుం డయి భంగించుండుం గావున నతనిపయి నెత్తిపోయి తదీయ గోధనంబుల గ్రహించిన ధర్మతనయుండును దమ్ములు నడ్డపడం బఱతెంతు రయ్యవసరంబున మనము సమయభంగంబు సెప్పి వారలం గ్రమ్మఱం బండ్రెండు వత్సరంబులు వనవాసంబు సలుపం బుత్తమ్మైన నప్రతిహతంబుగాఁ జతురంతభూచక్రం బాక్రమించి కీర్తనీయులమై వర్తిల్లుదము కుంతీనందనులందు లేకతక్కిన మత్స్యపతిసమస్తవస్తువులును జూఱకొంద మవియును లాభంబ యొల్లభంగుల నప్పటి కిదియ కార్యంబు మఱి నందఱకుం జూడఁబోలునేని వీని కనుయాయుల బగుసుప్రయోగంబు సేయుం డనినఁ ద్రిగర్తాధీశ్వరుం డగుసుశర్మ దొలుతఁ గర్ణదుశ్శాసనులతోఁ గొంతక ప్రసంగించి వారలయనుమతి నవనీపతితో నిట్లనియె. 117

క. కేకయసాల్వులు[1] దోడుగ
నాకీచకుఁ డాజి నన్ను • నపజితుఁ జేసెం
గా కుండ మున్న యొకపరి[2]
నా కాతనితోడ భండ • నము లే దయ్యెన్. 118

---

1 ఖ. సాల్వుయ. 2 క. పరి.

ఉ. భంగముతోడ నున్నవనుఁ • బంపు విరాటునిమీఁద భూమికిం
జెంగట నుండు నా దయిన • జీతపుటాళ్ళులు సంతతంబు వా
నిం గడు గాసిజేయు నత • నిం జెఱుపం దఱి యయ్యె నుట్టి స
ప్తాంగముఁ జూఱదెచ్చెద న • హంకృతి యెల్ల నడంచి వచ్చెదన్ 119

ఆ. ఉద్దవిడిన పసుల • నూఁచముట్టుగఁ దెత్తు
నతఁడు వెనుక వచ్చి • యడ్డపడిన
చోటఁ బాండురాజ • సూనుల నరయుదు
నెల్లభంగి దీని • కేన తగుదు. 120

వ. అనవుడు. 121

క. బరవసముమైఁ ద్రిగర్తే
శ్వరుఁ డి ట్లను టుచిత మింక • జననాయకుఁ డె
ప్పరుసున నానతియిచ్చెను
వార లే మని రట్ల చేయఁ • దుదిఁ గార్య మగున్. 122

చ. అనునిజసూనుమాట విని • యందఱఁ గన్గొని పెద్ద లెల్ల ని
య్యనుమతి సేయ సైన్యముల • నన్నిటఁ బన్నుగఁ బంపు రెండు మే
ల వడత మీఁ త్రిగర్తులబ • లంబుల ముందటఁ బంచి వానిపో
యినమఱునాఁడు పోద మని • యెం గురునాథుఁడు దుస్ససేనుతోన్.

చ. అనుటయు ఫారభాగకలి • తాంజలి యై యతఁ డట్ల చేయువాఁ
డ ననిన మేదినీశుఁడు దృ • ఢం బగు నిశ్చయ మెల్లవారుఁ గై
కొనుటకుఁ గార్యబోధమున • కుం దగఁ [1]జొట్టల నున్నవారలం
గనుఁగొని యాదరాధికస • గౌరవ[2]భావనతోడ నిట్లనున్. 124

---

1 చ. జొట్లను నున్న. 2 గ. భాషలతోడ.

ఉ. మున్ను సుశర్మ దాను బల • ముం జని గోవులఁ బట్టువట్టినన్
వెన్నడి ¹వచ్చు మత్స్యపృథి • వీపతి సేనల నెల్లఁగొంచు శౌ
ర్యోన్నతి నూపువాఁ డయి స • ముద్ధతిమై నిట వేఱ కౌరవుల్
గొన్నిటఁ బట్టఁ గయ్యమున • నం బఱతెంతురు పాండునందనుల్

ఉ. కందువ సెప్పి యొక్కెడఁ ద్రి • గర్తులు ²దాడికిఁ గూడువాఱ మీ
రందఱు వేఱ యొక్కయెడ • నాజికి సేనలఁ గూర్చుఁ డెల్లవాఁ
డుం దనవారిఁ దోకొని క • డున్ రథసంబునఁ గూడి వార్తకున్
ముందఱఁ బోయి గోధనము • ముట్టుకొనన్ వలయున్ మహోగ్రతన్

వ. అని చెప్పి వెండియు సుశర్మం జూపి. 127

క. బహుళాష్టమి నీతఁడు స
న్నహనముతోఁ బసులఁ బట్టు • నవమిని మనగో
గ్రహణ మని నిశ్చయించిన
నహికేతనుపలుకులకు మ • హాహ్లాదమునన్. 128

వ. సమస్తపరిజనంబులును సముద్యుక్తులై రట్టిసమయంబున. 129

ఆ. పాండురాజసుతులుఁ • బాంచాలియునుదమ్ము
నొరులెఱుంగకుండఁ • దిరుగవలయు
దుష్కరంపుటేఁడు • దుది పేరఁ బాటె నె
వ్వరును దీనిఁ దలఁప • వలను లేర. 130

— సుశర్మ దక్షిణగోగ్రహణంబు సేయుట —

వ. సుశర్మయు నేలినవానిపనిఁ బోనిజోడుపక్కెరకై దువు[illegible] రవణంబు
మొదలైనసవరణంబులం జూడనక్కజంబుగాఁ గూడి పరదేశం బాపో

1. ఘ. వచ్చి... సూపువాఁ డటు సముద్ధతి. 2. దాడిగఁ.

శనంబు గొనం దమకించుతనబలంబుగజిబిజి యొదిపికొని గోగణంబుల యటపా టూహించి జతనంబుతో నడచుచుండియు వెసగుందక నేగిరంపుఁబయనంబు లయ్యును బ్రజల నోలాటపడనీక యెత్తెడు చోట్లను విడుపలలయందును లోనుగా విస్ఫాణాదులైన యుద్భట చిహ్నంబులు ప్రకటింపక దాడిమెయిం జని వేగులవారివలన విరాటు తొఱ్ఱు లున్నయెడ యెఱింగి కదుపులం [1]గార్చిచ్చుచందంబునం బొదివి విలిచిన. 131

శా. కూడం బాఱి సముద్ధతిం గడఁగి త • ద్గోపాలకుల్ మూఁక ల
ల్లాడం దాఁకి నిశాతసాయక పటు • వ్యాపారఘోరంబుగా
నీడం బోక పెనంగినం గని త్రిగ • ర్తేశుండు చే వీచుడుం
గ్రీడాఘాతనిరూఢి నాశ్వికులు వా • రిం దున్మి తూఁటాడినన్. 132

వ. [2]వారలలోన. 133

చ. అసదుగఁ దాఁకి మేనఁ దఱ • చై పొరి నెత్తురుగ్రమ్ముపోటులన్
వస పఱి తూలు చుండియును • వారనిభీతిఁ బదంబులం గదున్
వెస [3]కలిమిం బురంబునకు • వేగమె కొందఱు వారి మత్స్యనా
థుసభకు నేఁగి దీనదశ • తోఁ బ్రణమిల్లుచు నార్తమూర్తులై. 134

క. కారణ మెయ్యది యగునొకొ
వీరలదురవస్థ కనుచు • నెఱఁగందెడునా
భూరమణుఁడు సభయును విన
నీరెలుఁగు దలంకఁ బల్కి • రిట్లని గోపుల్, 135

---

1. గ. గాంతారంబుఁ గార్చిచ్చుపొదువుచందంబున 2. క. వార లాలోన,
3. చ. జ. కడిమిం

చ. హయరథదంతిసంతతి ని • రంతరదుర్గమలీలఁ బేర్చి నే
లయవిసి మ్రోఁగిన ట్లుగ బ • లంబులతోడఁ ద్రిగర్తు లెంతయున్
రయమున గోవులం బొదివి • రక్షకు లొక్కట నార్చి తాఁకినన్
భయదమహాస్త్రశస్త్రపరి • పాతపరంపరఁ దున్మి యుద్ధతిన్. 136

క. గోవులకు వెనుక యై వెసఁ
బోవుచు నున్నారు గడవఁ • బోవక యుండం
బో వలయు నడ్డపడి యెడు
దీవన [1] మెదఁ గలిగెనేని • దేవర కడఁకన్. 137

వ. అనిన విని విరాటుం డదరిపడి. 138

శా. ఏమీ నిక్కమె ము న్నెఱుంగఁడె త్రిగ • ర్తేశుండు సద్గోధన
స్తోమంబుం గొనిపోవుతెంపునకు ను • ద్యోగించెనే మేలు మే
లా మైతోడనె పోవుఁగాక యని వీ • రాలాపముల్ వల్కి యు
ద్దామక్రోధశిఖాకలాపవికటో • ద్యద్భ్రూకుటిస్ఫూర్తి యై. 139

— విరాటుఁడు సుశర్మఁమీఁద యుద్ధము సేయఁబోవుట —

చ. సచివులఁ జూచి యిప్పుడ వె • సన్ సున మెట్టక తక్కినం బసు
ప్రచయము దప్పి పోవుఁ దుది • భంగము నేఁగియు వచ్చుఁ గాన మీ
రుచితవిధాన [2] సత్వరత • నుద్ధతయోధసమగ్ర వాహినీ
ప్రచలితభూమిభాగము [3] గఁ • బన్నఁగఁ బంపుఁడు దండనాథులన్. 140

వ. అని నియోగించి. 141

శా. యానప్రక్రమసూచకంబు లగు తూ • ర్యంబుల్ దిశాపాటన
ధ్వానస్వైరవిహారకల్పితసము • ద్రక్షోభముల్ గా ధరి

1. ఘ. మే త్తెఱయుఁ గలుగుదేవర. 2. చ. ఙ. తత్పరత. 3. గ. న.

త్రినాథుండు రణోచితోద్యమము సం • ధిల్లంగ శస్త్రాస్త్రప్రవ
ర్మానీతిక్రమదక్షులం బిలిచె న • దౌవారికిన్ గ్రక్కునన్. 142

ఉ. సారథిఁ జూచి నీవు రథ • సంబునఁ బూన్పుము ఘోటకంబులం
దేరఁ దదీయవర్మము ల • తిస్ఫుట[1]బంధము గాఁగఁ బెట్టు నీ
వీరవచోవిలాసములు • విందుము మున్నిదె వచ్చెఁ గయ్య మే
పారఁగఁ జూపు నీ దగున • హంకృతికిం దగుధైర్య మియ్యెడన్.

వ. అని పనిచి తానును యోధవీరోచితప్రకారంబున సింగారంబు సత్వరం
బుగాఁ జేసికొని ఖచితకాంచనబిందుసందోహం బగు సన్నాహంబు వెట్టి
కొని విరచితాలంకారచక్రంబును బద్ధపరికరకూబరాక్షయుగాద్యవయ
వంబును [2]ప్రతికల్పితతురంగంబును సన్నివేశితవివిధాయుధంబును
సన్నద్ధసారథికంబును నైనరథం బెక్కి గోగణహరణప్రదేశంబు పశు
పాలకులం దెలియ నడుగుచు వెడలునప్పు డమ్మత్స్యపతియను
జన్ముండు. 144

శా. లోకస్తుత్యవిభూతి నన్యపృతనా • లుంటాకబాహాబల
శ్రీకల్మిన్ రథదంతిఘోటకభట • శ్రేణీసముద్దాంత సే
నా[4]కల్పధ్వజవిభ్రమంబున [5]సుహృ • ద్వ్యగ్రప్రోద్యముం డై శతా
నీకుం డుద్ధతి నేఁగుదెంచె నఖిలా • నీకంబు నుప్పొంగఁగన్. 145

ఉ. ఆతనితమ్ముఁ డై నమది • రాక్షుఁడు కర్ణఝళంఝళాసము
ద్ధూతబలోత్థరేణుపరి • ధూసరితాంబర మైనవారణ

---

1. జ. బద్ధము గాఁగ. 2. క. గ. ఖచిత .... సందోహసుందరంబగు మైమఱువు వెట్టుకొని 3 గ. ప్రకల్పిత, 4 క.ఖ. కల్పోజ్జ్వలవిక్రమంబున 5. గ. చ. మహోద్య తోప్రోద్యముండై.

వ్రాతము గొల్చి రాఁ గడఁగి • వచ్చె సముజ్జ్వల హేమవర్మని
ర్యాతరుచిచ్ఛటాపటలి • రంజిత హేతిసహోగ్ర సైన్యుఁ డై. 146

తే. అతనియనుజుండు సూర్యద • త్తాహ్వయుండు
సమదసైనికనానాస్త్ర • శస్త్రబహుళ
దీప్తిజాలకప్రతిహత • దినకరాంశు
రాజియై చనుదెంచె సం • రంభ మెసఁగ. 147

ఉ. తెల్లనిజోడు వెట్టుకొని • తీవ్రగతిం జనుదెంచె మత్స్యభూ
వల్లభునగ్రనందనుఁడు • వైరిపురాపహవిక్రమప్రభా
[1]రోల్లసితుండు సన్యబల • ముద్ధతిఁ [2]గొల్చుమృగేంద్రరేఖ శో
భిల్లుచు నుండ శంఖుఁడు వి • భీషణశంఖనినాద మొప్పఁగన్. 148

వ. మఱియు ననేకయోధవీరులు వివిధవాహనారూఢులై గాఢసన్నాహంబు లగు నిజవ్యూహంబులతో నేతెంచుచుండిరి విరాటుండు బలంబులం గూర్చికొని తలంపునం బురబహిరంగణంబునం గొండొకసేపు నిలిచె నట్టిసమయంబున ధర్మతనయుం డనిలతనయమాద్రీతనయుల నంతంతం బొడసూపి నిలువుం డని నిపుణంబుగా నియోగించి తానును మత్స్యమహీవల్లభు నల్లనచేరి యిట్లనియె. 149

చ. ఒకఋషిచేత నాయుధస • ముత్కర మెల్లను [3]సప్రయోగమం
త్రకముగ నభ్యసించి సమ • రంబునం గొఱ యైనవాఁడ గో
ప్రకరములన్ మరల్చుటకు • బంధులు నీవు సటోవ నాకు నిం
టికడన యున్కి పాడియె ఘ • టింపఁగఁ బంపు రథంబు చయ్యనన్.

క. అనిన విని యయ్యకొనున
మ్మనుజాధీశ్వరునితోడ • మఱియు నతం డి

---

1 ఘ. శోల్లసితుండు. 2 గొల్వ మృగేంద్రరేఖ. 3 క. సంప్రయోగ.

ట్లనుఁ బవనతనయుఁ గవలం
గొని సమరంబునకుఁ బోవఁ • గోరెడుమదితోన్. 151

సీ. మనవలలుండు లా • వున బంటుతనమున
జను లెఱుంగఁగ సడి • సన్నవాఁడు
మంచిమగండు దా • మగ్రంథి యనమనం
గ్రాపకేశీగాథ • కౌతుకుండు
విఘము తంత్రీపాలుఁ • డును దుర్దమారాతి
మర్దనచాతుర్య • మహితభుజుఁడు
మున్నును వీరలు • మువ్వురకడఁకల
కొలఁదు లే నెఱుఁగుదుఁ • గొంతకొంత
తే. యెక్కఁదగునట్టియరథంబు • లిచ్చి వీరి
ననికిఁ దోకొనిపోక కా • ర్యంబు నాకుఁ
జూడ ననవుడు మేదినీ • శుండు హర్ష
నిర్భరాత్ముఁ డై శతా • నీకుఁజూచి. 152

వ. కంకవలలదామగ్రంథితంత్రీపాలురం జూపి యి ట్లనియె. 153

మ. రథముల్ మంచివి గాఁగ నాలు[1]గతి శీ • ఘ్రమువ్యాప్తిసత్త్వంబులం
బ్రథితంబై నతురంగమోత్కరము సం • గ్రా మూర్ధ్వచాతంబు ల
శ్లథవర్మంబులు వీరి కిమ్ము రణలీ • లాదక్షతన్ మన్మనో
రథముం దీర్పఁగ వీర లొప్పుదురు దో • ర్గర్వం బఖర్వంబుగన్, 154

వ. అనిన నతం డట్ల చేయుదు నని వారలం దోడ్కొనిచని సమస్తంబును సన్నద్ధంబుగావించి యంగరాగమాల్యాభరణంబుల నలంకృతులం

---

1 చ. వతి,

జేసినం గైకొని తమతమయంత్రపట్టునుం గూడుకొని సూతభృత్యంబు
లకుం దార చాలి రథంబులు దోలికొని చనుదెంచిరి తదనంతరంబ.

సీ. గంధదంతావళ • కర్ణమారుతిహతిఁ
గాంతారములు చాఁప • కట్టు వడఁగ
రథఘోషమునఁ బ్రతి • రవ మిచ్చునద్రులు
భయమున వాపోవు • భంగి నుండఁ
దురగఖురోద్ధూత • ధూళి [1]ద న్బెరసిన
వననిధి పిండలి • వండుగాఁగ
బహుళపదాతిదు • ర్వహభార మడరిన
నురగకూర్మంబు లొం • డొంటిఁ బొంద
తే. సైన్యముల నడపించె ను • త్సాహలీల
యతిశయిల్లంగ సంరంభ • మగ్గలింప
బరవసము మిక్కుటంబుగఁ • బనులుసన్న
జాడగైకొని యమ్మత్స్య • జనవిభుండు. 156

వ. ఇట్లు చని కూడముట్టిన. 157

క. విరటుబలంబు దిగర్తే
శ్వరుబలముం జెలఁగ నార్చి • పడిఁ దాఁకె భయం
కరనాదమేదురము లగు
శరనిధు లొండొంటిఁ దాఁకు • చందం బమరన్. 158

మ. గుణరావంబుఁ గృపాణఘట్టనరవ • క్ష్వేళంబునుం గింకిణీ
క్వణన[2]వ్యాపృతహేషితస్వనములున్ • ఘంటానిరాదాత్తపో

1 ఘ. ద న్బొరసిన, 2 క. వ్యాపిత.

షణనానాపటుబృంహితధ్వనియు శ • శ్వద్గాఢమై పేర్చినన్
రణనం బించుక దోఁప లేద బహుతూ • ర్యశ్రేణినా సేనలన్. 159

— విరాటుసుశర్మలసైన్యంబులు సంకులంబుగాఁ బోరుట —

వ. అట్టిసమయంబున. 160

సీ. ఒండొంటితోఁ దాఁకి • మండెడునవియును
జిందముల్ పొడి పొడి • సేయునవియు
గట్టిమైమఱువులు • దట్టముల్ గావించు
నవియును నెఱసు నో • నాడునవియు
[1]నెట్టుపైఁ బడి మేని • [2]నెగయించునవియును
దలనేల డొల్లంగఁ • దాఁకునవియు
నిరుమెయిఁ [3]దొలిచి పె • ట్టిలఁ [4]దూఱునవియును
నలువుర నేవుర • నాటునవియు

తే. నైనశరములు [5]గనుఁగొని • యాడి పాడి
నారదుఁడు పిచ్చలింపంగఁ • వీరకేళి
సలిపె నుద్ధతిమై ధను • ర్బలము లదరి
లావువెరవును నెఱయఁ జ • లంబు మెఱయ. 161

వ. అప్పుడు సుభటులు గడంగి. 162

ఉ. ఏటుల మ్రొగ్గువారిఁ గని • యించుక కొంకక [6]యుర్మపెంపునం
బోటులవాతఁ బోవుభట • పుంగవులన్ మది మెచ్చుచున్ వడిన్

---

1 గ. నేటుపై, 2 చ. నెరియించునవియును, 3 గ. గెలిచి,
4 ఖ. దూలు. 5 క. గైకొని, 6 ఘ. యమ్ము.

వ్రేటులఁ గ్రిద సల్పి పృథి • విం బడువీరుఁ ద్రొక్కికొందు నె
చ్చోటుల నైన నగ్గలికఁ • జొత్తురు నెత్తురు వట్టు సేయుచున్. 163

సీ. ఒక్కఁడు పెక్కండ్ర • నెక్కొన విచ్చియుఁ
బొదివి [1]చెఱొకపోటు • వాడుచునెడలుఁ
బలువు రొక్కనిమీఁదఁ • [2]బఱపిన సైరించి
నళికి పైఁబెట్టక • నిలుచునెడలు
దళము దళంబుతోఁ • దాఁకి యగ్గలికమై
నీడఁబోవక వ్రేటు • లాడునెడలు
నోహరిసాహరి • నుయ్యాలచేటుగా
వెనుకొంచుఁ దెరలుచు • బెనఁగునెడలు

ఆ నైన యనేకభంగి • నాశ్చర సేసలు
బొమ్మలాడినట్లు • పోరుచుండె
సమరగణము సిద్ధ • సమితియు వేడుకఁ
జదల నిలిచి చూచి • సంస్తుతింప. 164

వ. ఒక్కయెడ. 165

ఉ. ఒండొరు మీఱుకోర్కి మెయి • నొక్కట [3]దానవహారు సొచ్చినన్
రెం డయి పాయ యిచ్చినయ • రిప్రకరంబులు వేఱు వేఱ యు
ద్దండభుజాబలం బలరఁ • దాఁకిన [4]సంగడిఁ బాఱు చుండఁగా
గం దమరంగ నిల్చి చెలి • కాండ్రయి క్రమ్మఱ వత్తు రిద్దఱున్.

సీ. కరశీకరంబులు • కరటగళద్దాన
తోయంబులును ధరా • ధూళి గ్రుంగఁ

---

1 క జ. వేఱొక, 2 ర. బఱపి సైరించిన. 3 క. దానవారు. 4 చ. సందడి

[1]బొదవులసడి సన్న • యొదవుల [2]దెంచ న
మ్ములపెంపు గగనంబు • గొలఁదివెట్ట
బృంహితధ్వనులును • బృథులఘంటావలీ
రవములు దిక్కుల • నవులఁ ద్రోల
రోషారుణాక్షుల • రుచులును సిందూర
కాంతియు రవిదీప్తిఁ • గ్రమ్మఱింప

తే. జోదులొక్కటవాలంప • సోనగురియ
రౌద్రరసమాకృతులఁదాల్చి • రణమొనర్చు
కరణి నత్యుగ్రముగఁ గరి • ఘటలుగడఁగి
కలను పీనుంగుపెంటగాఁ • గలయఁబెరసె. 167

ఉ. అక్కజ మైనశౌర్యమును • నద్భుతసంపద నొందుశత్రులుం
జిక్కనిమేనులున్ మొనకుఁ • జెల్వగుకైదువులుం దగంగను
క్కెక్కినయట్టిమేటిమగ • లించుకవారణ లేక ఖేచరు
ల్వెక్కస మంద నొచ్చియుఁ జ • లింపక పోరిరి పెక్కుభంగులన్.

సీ. వాగ నొగతోఁ దాకిఁ • పగులంగ[3] నరదంబుఁ
బఱపి యాతేరిపై • కుఱుకువారు
రథ్యముల్ వడ్డ వి • రథు లయ్యు నసిముద్గ
రాదుల నడరి పో • రాడువారు
సారథి నొచ్చినఁ • దేరును గడపుచు
నేయుచుఁ గయ్యంబు • సేయువారు

---

1. క. బొడువుల. 2. గ. దెంచి యమ్ముల. జ. దెక్కియిమ్ముల
3. క. బెడిదంబు

నరదంబుపై ప్రాలి • యాలోనఁ దెలిసి త
న్నేసినాతనిఁ బడ • నేయువారు

తే. నగుచు రథినికాయంబు • లదరి యప్ర
మత్తనిజచిత్తవృత్తులై • మగతనంబు
ఘోరమూర్తులు గైకొని • పోరునట్లు
సలిపె సంగ్రామ కేళిసం • పదము గాఁగ. 169

వ. ఇట్లిరువాఁగును నరవాయి గొనక పెనంగుచుండ. 170

ఉ. భీకరబాణవర్షముల • పెల్లున వైరులు [1]పెల్లగిల్ల మా
ర్వీకృతగర్జితంబు పృథి • వీవియదంతర మెల్ల నిండ ను
గ్రాకృతిఁ గల్పసంక్షయను • హాభ్రముచందము నొందుచున్ శతా
నీకుఁడు దాఁకెఁ గంకటను • తిమ్యతివిమ్యనుపాంతకాంతి యై. 171

తే. అతఁడు నానాప్రకారశ • స్త్రాస్త్రనిహతి
నతులవిక్రమవిభవ మ • నర్గళముగ
యోధసారధియుగ్మసం • యుతము గాఁగ
నూఱురథములు ప్రేల్మిడి • నుగ్గుసేసె. 172

మ. మదిరాశ్యుండు గడంగి యన్నపు బలో • న్మాదంబు రెట్టింప స
ప్రవరజ్యాలతికాక్రియాసమభిహా • ర క్రీడనం బప్పుడా
ప్పద మై యోగవిసంధులు నిరూ : పింపంగ రాకుండఁ గ
ర్ణదళోపాంతము వింత సేయ నడరెన్ • రౌద్రంబు శోభిల్లఁగన్, 173

క. అదరి పది రథచతుశ్శతి
పొడసేసి పరాక్రమం బ • పూర్వం బై యే

1. దల్లడిల్ల.

ర్పఁ గరిహయవరనికరము
బడలువడం దటిమె నలి న • భశ్చరు లార్వన్ 174

ఉ. మండలచారి యై రథ మ • మానుషవిక్రమలీల నొప్ప ను
ద్దండభుజాబలంబు ప్రథి • తంబుగ నత్తఱిఁ దాఁకి సూర్యద
త్తుం డనివార్యశౌర్యగుణ • ధుర్యుఁడు వీఁడ యనంగఁ దేర్చి వే
దండఘటానిపాటనవి • దగ్ధతఁ బొల్చె రణాంగణంబునన్ 175

ఉ. అప్పుడు శంఖుఁ డెంతయుఁ బ్రి • యంబునఁ బెండ్లికిఁ బోవునట్లు మో
మొప్పఁగ నస్త్రశస్త్రముల • యుల్లసనంబున శత్రునేత్రముల్
గప్పఁగఁ జీఁకటుల్ రణము • ఖంబు సమస్తముఁ దాన యై రథం
బుప్పరవీఁకఁ దోలుకొని • యుగ్రగతిం బఱతెంచి తాఁకినన్. 176

తే. మందరాచలచటుల • విమర్దనమున
ఘూర్ణమాన మై గాఢసం • క్షోభ మెసఁగఁ
దఱఁగుజలనిధి నాఁ ద్రిగ • ర్తక్షితీశు
బలము దిరుగుడుపడియె సం • కులముగాఁగ 177

వ. అయ్యవసరంబునం దక్కినదొరలును దలపడి యతిభీషణంబుగా సంగ్రా
మంబు సేయం దొడంగిన. 178

చ. అనుజతనూజమంత్రిసుభ • టాప్తజనంబులపోరు సూచి నె
మ్మనమునఁ బొంగి మై పెనిచి • మత్స్యమహీరమణుండు సారథిం
గనుఁగొని [1]యల్ల గట్టిమొనఁ • గ్రాలుచు నున్నత్రిగర్తనాథుకే
తనమున చక్కటిన్ మనర • థంబు వెసం జననిమ్ము నావుడున్,

క. అగ్గలిక నతఁడు హయముల
పగ్గంబులు సడల విడిచి • పటురయమున సా

1. క. యుల్లశంబె మొన.

మొగ్గరము దఱియఁ బఱసిన
గ్రమ్మెను రథపంచశతము • సుశర్మాధిపుచేన్. 180

మ. అవనీనాయకుఁ జూచి యేచి నలి పే • రానేశముర్ధాంత మై
రవిసెన్ గుంతభుశుండితోమరగదా • ఖడ్గాదిశస్త్రప్రతతి
ప్రవిహారంబు వికోధిదుర్విషహసం • రంభంబుగా నొక్క పె
ట్టు వఱిం దవ్వుల మెల్ల నారముఁడు పే • ద్కాం గ్రుంచె సాలింపగన్.

వ. ఇవ్విధంబున విరాటుండు దానును సేనయుం జేయం గలవారును బర వసంబు సేసి యొక్కుమ్మడి నడచుటయుం బెరలి పఱచినునిజసైన్యంబు దైన్యంబు గలయం గనుంగొని కోపాటోపంబునం గెంపు గదురులో చనంబులుం [1]బెం పొలయుభుజ శిఖరంబులుం గలిగి సుశర్మ దానుం దమ్ముండు సంగడంబుగాఁ గోల్తల సేసి రథ సమూహంబుతో విరాట వ్యూహంబు నెదురుకొని. 182

క. బలవిక్రమములు మెఱయఁగఁ
దలపడి రథదంతిహయసు • దాతిచయంబుల్
[2]గలను సుచివడఁగఁ దామర
కొల నేనుఁగు సొచ్చినట్లు • గురువుగఁ • జొచ్చెన్. 183

ఉ. ఏలినవానిఁ గాంచి మొన • లెల్లను నెంతయు దర్ప మెక్క యా
భీలనిశాతహేతిరుచి • భీకరలీల నెదిర్చి మత్స్యభూ
పాలకసైన్యరాజిఁ దల • పడ్డ మహోగ్రతఁ జొచ్చి యూసమి
త్కేళి వియచ్చర ప్రతతి • కిన్ వెఱఁ గందఁగ జేసె నెంతయున్.

తే. కడిమి [3]మెఱయంగఁబోద్రి • గర్తనాథు
రథముఁగసుఁగొనికడఁగి వి • రాటవిభుఁడు

1. ఖ. బలు పొలయు. 2. ఖ. గలఁగి. 3. గ. నెఱయంగ.

[1]వరవునకు వల్గినట్టుల • పరఁగొనక
యతులరభసాతిరేకత • నతనిఁ దాఁకె 185

— విరాటుఁడు సుశర్మమీఁదఁ దనరథంబు తోలించి పోరుట —

వ. ఇట్లు దలపడి 186

మ. పటువేగం బగుశాతభల్లచయసం • పాతంబునన్ మింట మి
క్కుట మై మంటఁ ధగద్ధగద్ధగ యనం • గోపంబు రూపంబు లై
చటుల క్రీడఁ జరించున ట్లిరువురున్ • శౌర్యోన్నతిం బోరి రు
త్కటదర్పోద్ధతు లై పరస్పరజయా • కాంక్షం బ్రచండంబుగన్.

క. తదవసరంబున నొక్కటఁ
బదియమ్ములు దొడి త్రిగర్త • పతివక్షంబున్
వదనంబు నేసి విరటుఁడు
మదమునఁ దురగముల నేసె • మఱియుఁ బదింటన్. 188

క. ఇంచుకయు నీడఁ బోవక
కాంచనపుంఖ ప్రకాండ • కాంతిస్ఫాయ
త్పంచాశద్బాణంబులు
నించె నతఁడు మత్స్యమేది • నీపతిమేనన్. 189

తే. దొరలు దలపడ్డనాహవ • దోహలమున
నుభయబలములుఁ దమకించి • యోర్వలేక
కలయబెరసి భూరేణువు • కతన రాత్రి
గాకమున్న యొండొరువులఁ • గానరైరి. 190

---

1. పరువునకు వల్గి; జ. తరువునకు వగ్గి.

క. క్షతములఁ బెల్లు దొరఁగుశో
ణితము రజఃపటల మడఁచి • నెఱసిన సరుణ
ద్యుతిఁ దమము వాపువేకువ
గతిఁ దత్సమయం బతిప్ర • కాశత నొప్పెన్. 191

ఉ. దానికిఁ జిత్తవృత్తులు ము • దంబునఁ బొందఁగ మేను లుబ్బఁగా
సేనలు రెండు సుద్భటవి • జృంభణతన్ వివిధాస్త్రఘట్టన
ధ్వానము దిక్కులం బరఁగఁ • దాఁకి రణం బొనరించె నత్తఱిన్.
భానుఁడు పశ్చిమాద్రిఁ గను • పట్టెఁ దరిర్పనమావిమ్రోకసన్. 192

క. సమరంబున భటులు గడు
న్శ్రమ మొందిరి తమము గవిసి • నం గాని సము
ద్యమసంరంభ మడుగ రిది
సమయం బని తొలగినట్లు • సవితృఁడు గ్రుంకెన్. 193

వ. తదనంతరంబ. 194

క. ముఱిముఱిచీఁకటియప్పుడు
నఱిముఱి భటు లుడుగ కదరి • యని సేయంగా
నెఱసి తమ మెల్లయెడఁ గ్రి
క్కిఱిసిన పుఱి పాసి నిలిచి • రంతను నంతన్. 195

వ. ఇట్లుభయసైనికులు సాంద్ర సంతమసంబునం జేయునది లేక సంగ్రా
మంబు దక్కి తమకం బెక్క నొక్కింతసే పూర కున్నంత. 196

క. తనమనుమలు పాండుతనయు
లని సేఁతకు వేడ్కసేయు • టాత్మఁ గని తమం

---

1. వ. పరువునకు నగ్గి: తరువునకు నగ్గి.

బున వారు మెఱయ రని వ
చ్చినక్రియ శశి పూర్వశైల • శిఖరం బెక్కెన్. 197

క. వెలుఁగు గని కడఁగి యిరువా
గులుఁ బోరికిఁ జొచ్చె మత్స్య • కుంజరుఁడును న
గ్గల మగుపగఁటిమిసొంపునఁ
దలపడియె సుశర్మతోడఁ • దదనుజుతోడన్. 198

చ. తలపడి ఘోర వారియర • దంబు లనేకపు లొక్కపెట్ట యి
ట్టలపురయంబునం బొదివి • డాసెఁ గడంగి వడిం ద్రిగర్తనా
థులు నిరుదేరు దద్రథము • తోఁగడియించి తదీయసారథిన్.
బలువిడిఁ గూల్చి రథ్యముల • బ్రాణములుం గొని యుగ్రమూర్తులై.

వ. ఇవ్విధంబున విరాటుండు విరథుం డగుటయు. 200

చ. అతిరభసంబుమై నదరి • యాతనిఁ బట్టి సుశర్మ బెల్చ నా
ర్చి తనరథంబుపై నిడి య • శేషబలంబులు [1]నల్దెసన్ భయ
ద్రుతగతిఁ బాఱినన్ విజయ • దుందుభు లొక్కట మ్రోయ విక్రమో
ద్ధతివిభవంబునన్ మది ము • దం బొలయన్ మరలెన్ మహోద్ధతిన్.

వ. అట్టియెడ ధర్మతనయుఁ డనిలనందను నవలోకించి సత్వరం బగుచిత్తం
బుతో మత్స్యవిభునివలను సూపుచు ని ట్లనియె. 202

తే. ఇతని యాశ్రయమున మన • మెల్ల బ్రదికి
యున్నవారము గావున • నుగ్రరిపుల
పాలువడకుండవిడిపింపఁ • బాడియితనిఁ
నెయిదుమెయిదుము రథరయ • మెసక మెసఁగ. 203

---

1. చ. వ. బల్దెసన్.

చ. అనవుడు మేను పెంచుచు మ • హాబలనందనుఁ డప్పు డన్న కి
ట్లను నిదె సాలవృక్షము ర • యంబున దీని వరాతిసేన డొ
ల్ల నడచి యీసుశర్మునిబ • లంబు జలంబును మాన్పి యవ్విరా
టుని విడిపించెదన్ రణప • టుత్వము పైరులు పిచ్చలింపఁగన్. 204

తే. నీవుఁ దమ్ములు నొక్కెడ • నిలిచి చూచు
చుండుఁ డని పల్కుటయుఁ బయి • లోటతోడఁ
గీచకారాతిఁ దప్పక • చూచి నగుచు
నతని కి ట్లని చెప్పె ధ • ర్మాత్మజుండు. 205

క. తరువు వెఱఁ బెఱికికొని నీ
వురవడిమైఁ గవిసితేని • నుభయబలమున
చ్చెరు వందుచుఁ జూచి వృకో
దరుఁడ వగుట యెఱుఁగకున్నె • తద్విధ మేలా. 206

వ. కవలునీకుఁ జక్రరక్షకులుగా లోకసామాన్యంబులైన చాపకృపాణగదాదులగు నాయుధంబుల విరోధివధం బాపాదించి వేవేగ విరాటు విడిపింపుము. 207

చ. అనుపలు కంటఁశంబునక్రి • యం గుదియించిన నిల్చి భూరుహం
బునదెస వోక మత్తగజ • పుంగవుచందమునన్ సమీరనం
దనుఁడు శరీర[1]దోశనవి • ధాపరిశోభిత విక్రమోద్యమం
బున విలసిల్లి యిట్టు లను • భ్రూకుటి ఫాల మలంకరింపఁగన్. 208

---

1. క. గ. డోలను

క. మీపనిచినట్ల చేసెద
నేపారినవైరిబలము • నెల్లను బాహా
టోపము నోర్చి మత్స్యమ
హీపతి విడిపించి తెచ్చి • యిచ్చెద మీకున్. 209

వ. అనిన విని కౌంతేయాగ్రజుండు సంతసిల్లి తమయంతవట్టునుం
గూడుకొని. 210

— పాండవులు సుశర్మ నోడించి విరాటుని విడిపించుట —

తే. తాను మున్నుగ శాత్రవ • సేనమీఁద
రథము లొక్కటఁ బఱపిరి • పృథివి యద్రువ
నుఱక యేచి త్రిగర్తులు • నుద్ధతముగఁ
జెలఁగి మార్కొని పొదివి సం • కులము గాఁగ. 211

క. ఏయుచుఁ బొడుచుచు వ్రేయుచు
డాయుచునుద్వృత్తిఁదఱుము • టయుఁ [1]బొడిసేసెన్
వాయుసుతుఁడు రథముల నిరు
వేయిటి రథిరథ్యసూత • వితంబులుగాన్. 212

తే. ఏఁడునూఱురథంబుల • నేపుమాపె
నకులుఁ డప్పుడు మున్నాటి • నామమడఁచె
నతనియనుజుఁడుకుంతీసు • తాగ్రజుండు
రథికముఖ్యుల వేవురఁ • బృథివిఁగూల్చె. 213

1. క. ... పడిఁ జేసెన్.... నిరువేయింటిని రథ్యసూతపీతంబులుగాన్.

వ. అతండు మఱియును. 214

చ. తఱిమి సుశర్మఁ గిట్టి యతి • దారుణభంగి రణంబు సేయ వాఁ
డుఱక నిశాతసాయకము • లొక్కమొగిం బది మేనియందుఁ గ్రి
క్కుఱియఁగఁ జేసి నాలుగిట • నేసెఁ దురంగముల న్యుధిష్ఠిరుం
దఱిపుఱిఁ జంపె సారథిఁ ద • దశ్వములన్ వరబాణపాణియై 215

వ. అయ్యవసరంబున మత్స్యమహీనాథుండు జనితోత్సాహుండై. 216

ఆ. ఆ సుశర్మ తేరి • యం దున్నఘనగదా
దండ మెత్తికొని యు • దగ్రవృత్తి
జరఠదేహుఁ డయ్యుఁ • దరుణవయస్కుఁ న
ట్లవని [1]కుఱికి పోయి • యతని వ్రేసె. 217

క. అట్టిసమయమునఁ గరువలి
పట్టి త్రిగర్తేశురథము • పై కుఱికి వెసం
బట్టికొని యతనిఁ బెడగే
ల్గట్టి పెలుచ నార్చెఁ దద్బ • లము పెల్లగిలన్. 218

వ. ఇట్లు సుశర్మం బరాజితుం జేసినఁ జక్రరక్షకుం డైనశోణాశ్వుండు మొదలుగా నా ప్రభృత్యవర్గంబు ననుజుండైన సువర్మలోనైన బంధుజనంబులు నాదిగాఁగల పరివారంబు పలాయన పరాయణం బగుటయు వెనుకొని యొయిది గోధనవర్గంబు మరల్చి కరితురగరథంబులం దలమీఱి పొదివి తెచ్చి యన్నపాలికి వచ్చి తాను మున్న త్రిగర్తేశురథంబుకడ నిలువ నియోగించి యున్నతమ్ములం గూర్చుకొని తమయంతపట్టును నొక్కట విరాటునకుం బొడసూపిన. 219

---

1 జ. కెఱఁగి.

క. ఆదరము సంభ్రమంబును
మోదంబును దనమనమున • ముప్పిరిగొన నా
భూదయితుఁడు వివిధప్రియ
వాదంబుల గారవించె • వారల నెల్లన్. 220

వ. ఇట్లు సంభావించి పాండవాగ్రజు నవలోకించి. 221

క. మానముఁ బ్రాణముఁ గాచితి
దీనికి సరిగాఁగ నీమ • దికిఁ బ్రియమెసఁగం
గా నాకుఁ జేయ నయ్యెడు
దాని నెఱుఁగఁ గాన మత్ప • దము గైకొనవే. 222

తే. ఒడలు సిరియును నాకు నీ • యొసఁగినవియ
కాన దగ సమర్పించెనఁ • గరుణనీవు
సమ్మతించి యిమ్మత్స్య దే • శంబుఁ గావు
పంచి పనిగొని నన్ను ర • క్షించుకొనుము. 223

వ. అనిన విని యజాతశత్రుం డతని కిట్లనియె. 224

చ. మనుజవరేణ్య నావలని • మన్నన యట్టిద కాదె శత్రుమ
ర్దన మొనరించి మత్స్యనగ • రంబున కుత్సవ ముల్లసిల్ల నీ
చనుటయ నాకుఁ దేజమును • సంపదయున్ గరిమంబుఁ గాక యి
ట్లనఁ దగునయ్య యే నిచట • నైనది యేటిది యింత యేటికిన్.

క. అనుపలుకులను విస్మయ
మును సంతోషమును జిత్త • మునఁ బెనఁగొన నా
జనపతి ధర్మతనూభవుఁ
గనుఁగొని యిట్లనియె మఱియు • గౌరవ మెసఁగన్. 226

క. ఉపకారమొ బంటుతనమొ
కృపయో పెంపో సమగ్ర • కీర్తిప్రియమో
రిపుదుస్సహ మగునీరణ
నిపుణతరుం గారణంబు • నెయ్యమొ యెఱుఁగన్. 227

ఉ. మంటయుఁ బోనిశాత్రవస • మాజము నించుకయేని శంక లే
కంటఁగఁ దాఁకి [1]వెండి తెగ • టార్చె మహాద్భుతశక్తిశాలి యీ
[2]వంటలవానిచేసినయ • వార్యపరాక్రమ మొండుచోటులం
గంటిమె వింటిమే యితఁడ • కాఁడె వెసన్ గెలిపించె నన్ననిన్.

క. కంధరములు దెగి తలలు వ
సుంధర నతిపక్వతాల • సుభగఫలాళి
బంధురత రాలు దామ
గ్రంధి పగఱుమీఁదఁ గినిసి • కవిసినయెడలన్. 229

క. ఎక్కడఁ జూచినఁ దానై
యక్కజ మగుకడిమి కలిమి • నరిసేనఁ గరం
బుక్కఱఁ దంత్రీపాలుం
డొక్కఁడ పొలియించె నీర • జోత్సాహమునన్. 230

క. ఈనలువురు దక్కఁగ మన
సేనల నొక్కరుఁడ నైనఁ • జేతృవిభటుం
గానం జెలి కెద రైనం
బూని తలఁగునతఁడ చూపె • పురుషుం డెందున్. 231

1. వీఁడె, 2. వంటలవాఁడు సేసిన.

ఉ. కావున మీకు దంతిహయ • కాంచనరత్నవిభూషణంబులున్
దేవనితంబినీజనస • దృశమృగాక్షులు నాది గాఁగ నా
నావిధవైభవంబులు మ • నంబులవాంఛలకుం దగంగ నీ
కేవిధి నీఁగువాఁడ బును • మెయ్యది యేనియు వేఁడుఁ డిచ్చెదన్.

క. అనవుడుఁ బాండుతనూభవు
లనఘా యిట్లెంతయుం బ్రి • యంబున సంభా
వన సేసితి మా కిదియే
ధనము వరయుదానికంటెఁ • దక్కువె చెపుమా. 233

— • ధర్మరాజు సుశర్మను సపరివారంబుగా విడిపించుట • —

వ. మమ్మెరవుగాఁ దలంచి యియ్యెడ నిట్టట్టన వలవదు పురంబున కరిగి యయ్యెడ నీకెట్లుప్రియం బట్లు మన్నింపు మని రందుఁ గంకుండు మఱియు ని ట్లనియె. 234

క. తగ నొక్కటి వేఁడెద నిను
జగతీశ్వర యిచ్చు టొప్పు • సరథగజాశ్వం
బుగ విడిచి పుచ్చు మిప్పుడ
త్రిగర్తపతి నిదియ నాకుఁ • బ్రియ మెబ్బంగిన్. 235

వ. మననగరంబునకు జంఘాలురం బంపుము పురంబున వారలు వోయి భవద్విజయఘోషం బాచరించి శోభనధ్వజోన్నయనంబును మంగళతూర్యనాదంబులును బరస్పరగంధసలిలసేచనంబును గీతవాద్యనృత్తంబులును నాదిగాఁ గలవివిధశుభాచారంబులం బ్రవర్తింపనియోగింపవలయు ననిన విరాటుండును బనిచినం గాలధులు వేగునంతకు వీటికిం జని

గెలుపు ప్రకటించి పట్టణాలంకరణ ప్రముఖనిఖిలభద్రవిధానంబులు సేయించిరట పాండవులును మత్స్యమహీవల్లభుండును సప్తసేనా సమేతులై విభవం బెసఁగ విలసిల్లుచు లజ్జావనతాననుం డగుసుశర్మ సపరిచ్ఛదంబుగా విడిచి పుచ్చి గుత్తులకొలందికిఁ గృత్తంబు లయి పడి యున్నపాదంబుల వలనం గెందమ్ముల సెజ్జలచందంబు లగుచోట్లను దునిసి చిక్కువడి యున్నయూరుకాండంబులవలన మదగజంబులు సొచ్చినకదళీవనంబులం బోలియెడలును ప్రోవులు గొని యున్న ప్రేవులవలన లావు గలయంచపిండు పేరాఁకలి సత్తిముక్కిం బెఱికినఁ గుఱుకులు గట్టినమృణాళనాళంబుల నొప్పుకమలాకరోద్దేశంబులఁ గ్రేణి సేయుప్రదేశంబులును నంగుళీయకరుచు లదర నెఱిం జాఁగిపడి యున్న బాహుదండంబులవలన నురగనివాసంబుల ననుకరించుతలంబులును గీలాలజలంబులపయిం దేలుచు నవ్విన ట్లున్నశిరంబులవలన వికచారవిందదీర్ఘికల విడంబించుతావులును నవయవభేదంబు లడంగు నట్లుగాఁ దుత్తునియలై పడియున్నగాత్రంబులవలనం గృతాంతమహాన సశాలపగిది నొప్పునట్లును గలపొలిగలను గలయంగనుంగొనుచు వెడలి చంద్రికాసుందరం బగునొక్క సైకతస్థలంబున నారాత్రి పుచ్చి రని చెప్పిన విని మఱునాఁటివృత్తాంతం బెట్లయ్యెనో యని సాదరంబుగా నవలోకించిన. 236

స. అపరిమిత ప్రకార విని • రస్తసమస్తవికార షట్ప్రమా
ణపరిమదూర గాఢభజ • నక్రమగత్యనుభావసార దే
వపితృపథప్రవర్తన వి • సర్జననిర్మలచిత్తచోరా శాం
తిపరమహాత్మసంసరణ • తీర నిరంజన భక్తరంజనా. 237

క. విజ్ఞానానందరసా
భిజ్ఞ హృదయకమలహంస • భీషదురితమ
ర్మజ్ఞవివిధాభిధానా
యజ్ఞాత్మకరూప విశ్వ • లావ్యయదీపా. 238

మాలిని. త్రిజగదవననిత్య • క్రీడనోద్యత్ప్రమోదా
రజనిచరవిఘాతా • రంభలీలావినోదా
భజననిరతసౌఖ్య • ప్రాప్తిజాగ్రత్ప్రసాదా
విజతనువిభవశ్వో • న్మిలనాచ్ఛన్ననాదా. 239

గద్యము. ఇది శ్రీమదుభయకవిమిత్త్ర కొమ్మనామాత్యపుత్త్ర బుధారాధన విరాజి తిక్కనసోమయాజిప్రణీతం బయిన శ్రీమహాభారతంబున విరాట పర్వంబునందుఁ దృతీయాశ్వాసము.

శ్రీ

హరిహరనాథాయనమః

శ్రీమదాంధ్రమహాభారతము

విరాటపర్వము - చతుర్థాశ్వాసము

శ్రీపదరేఖ విశదవి
రామాహితగాధశమధు • రానిర్భరని
ష్ఠామర్దితవివిధవికా
రామలచేతోనివాస • హరిహరనాథా. 1

భూమింజయుఁడు గోవుల విడిపింపఁ గౌరవులతోఁ బోరుటకుఁ బో నెన్నుట.

వ. దేవా వైశంపాయనుండు జనమేజయున కిట్లనియె. 2

క. సూర్యోదయావసరమున
దుర్యోధనుబలము ప్రబల • దోర్బలలీలా
ధుర్యగతి నడచె భీష్మా
చార్యరవిసుతాదియోధ • సంఘోద్భట మై 3

వ. నడచి మత్స్యనగరంబున కనతిదూరంబున విరాటుపశుగణంబులం బొదివె నట్టియెడ మ్రుక్కడమూఁకలు నని యొక్క డెక్కడ నని తలపడినం గృపాశ్వత్థామ శకుని దుశ్శాసన కర్ణ దుర్ముఖ ప్రముఖరథిక జనంబులు గోపాలవర్గంబు నవర్గళ ప్రసారం బగుశరాసారంబునంగప్పి

వం గని కౌరవబలం బగుట యెఱింగి బెగ్గలించి గవాధ్యక్షుండు రథంబు
దోలికొని యాక్రోశించుచుం బురంబున కరుగుదెంచి రాజమందిర
ద్వారంబుఁ జొచ్చి రథావతరణంబు సేసి యంతఃపురంబుననున్న
భూమింజయుం గాంచి ససంభ్రమంబుగా ని ట్లనియె. 4

మ. ధరణీచక్రము సంచలింపఁగ సము • ద్ధాంతంబులై గ్రక్కునం
గురుసైన్యంబులు వచ్చి ముట్టికొనియెన్ • గోవర్గమున్ వేగమై
మరలం దెచ్చుటకుం గడంగుము రిపు • క్ష్మాపాలలోకంబు నీ
శరజాలంబులపాలు సేయుము భుజో • త్సాహంబు శోభిల్లఁగన్. 5

ఆ. తేరుఁ బూన్పఁ బంపు • తెప్పింపు దృఢతను
త్రాణ ముగ్రచాప • బాణపూర్ణ
తూణఘనగదాసి • తోమరచక్రాదు
లనువుగా నొనర్పు • మతిరయమున. 6

చ. విరటుఁడు నిన్ను నెప్డుఁ బది • వేవురముందటఁ జెప్పు బాహువి
స్ఫురితుఁడు శౌర్యశాలి కుల • భూతివిశేషవిధాయకుండు భూ
భరణవిశారదుండు జన • భవ్యతపఃఫలసంభవుండు గా,
తరిపరిరక్షకుం డనుచు • దానికి నీడుగఁ జేయు మిత్తఱిన్. 7

క. అని కాంతాజనములలోఁ
దను నగ్గించుటయుఁ బొంగి • వరోద్ధతి ని
ట్లను నుత్తరుండు దనమన
మున సంగరకౌతుకంబు • ముడివడుచుండన్. 8

ఉ. [1]ఎత్తునఁ గొందుఁ గౌరవుల • నెల్లను మార్కొనిరేని గోవులం
దెత్తు ముహూర్తమాత్రమునఁ • దేరికి సారథి లేమిఁజేసి నా

1 క. ఎత్తెలఁ; గ. ఎత్తలఁ; జ. ఎత్తెరఁ.

చిత్తమునన్ విచారదశ • సెందెదు నెవ్వఁడు గల్గునొక్కొ నా
కిత్తఱి నేఁ గదా కడప • నెంతయు నేర్తు[1] రథం బనం బురిన్ 9

క. తగుసారథి దొరకనినం
బగతుర భంజించు టెంత • పని కదుపుల ద
వ్వుగఁ గొని పోదురొకో యి
ట్లగునె కలండేని సూతుఁ • డరయుం డెందున్. 10

చ. కురుపతిభీష్మకర్ణకృప • కుంభజముఖ్యులు మత్స్యముద్యమ
స్ఫురణము సూచి పార్థుఁ డను • బుద్ధిఁ గలంగఁగ బెట్టు గిట్టి సం
గరమున నోర్చి యేఁ బసులఁ • గ్రమ్మఱఁ దేరక యున్న నన్ను భూ
వరుఁడు సుహృజ్జనంబుఁ బరి • వారముఁ జిత్తములందు మెత్తురే.

వ. అనునప్పుడు తత్ప్రదేశంబున సునికింజేసి. 12

క. విని ద్రుపదధరణిపతినం
దన సామర్షాపహాస • తరళహృదయ యై
చని తద్వృత్తాంతము[2] మె
త్తనిపలుకులఁ జెప్ప నింద్ర • తనయునితోడన్. 13

వ. అతండు నజ్ఞాతవాసవత్సరం బతీతం బగుట నిరూపించి పాంచాలి కి
ట్లనియె నీవు పోయి వారలతో నిట్లనుము మనబృహన్నలకుసారథ్యంబు
సేయుసామర్థ్యంబు గలదు దొల్లి ఖాండవదహనంబునం బాండవమధ్య
మునకు సారథి యై యతని చిత్తంబు వడసె మఱియుఁ బెక్కెడలం
దదీయం బగురథంబు గడపఁ దాన యై యుండు నేను నెఱుంగుదుం
దత్సాహాయ్యంబునం గురుసైన్యంబుల జయింపవచ్చుటకు సంశయంబు

1. జ రథంబు నాపురిన్. 2. త. నాతనిపలుకుపల్క.

వలన దనుము వారే మనిరేని మఱియుం దగ నాడి నన్నుం బిలిపించు నట్టి తెఱంగు గావింపు మను నట్లు చేయుదు నని సైరంధ్రి యుత్తర యున్నయెడకుం బోయి. 14

చ. జనపతినందనుండు దగు • సారథి నారయు చున్నవాఁ డెఱిం
గినపని సెప్పఁగా వలయుఁ • గ్రీడి మనంబున మెచ్చునట్టినే
ర్పును భుజశక్తియుం గలిగి • రూఢికి నెక్కినసూతవృత్తిమై
నని సడి సన్నయేత్తెఱ బృ • హన్నలకుం గల దంబుజాననా. 15

తే. అర్జునునకు ఖాండవదహ • నాదులైన
విక్రమము లాబృహన్నల • వెరవులావు
గాదె జయ మొనరించే లో • కంబు లెఱుఁగ
నువిద దీని నెఱింగింత • ముత్తరునకు. 16

క. అని యమ్ముదితయుఁ దానును
జని యతనికి నత్తెఱంగు • సముచితముగఁ జె
ప్పిన నక్కుమారవరుఁ డీ
ట్లనియెం బాంచాలితోడ • నల్లన నగుచున్. 17

తే. అకట సైరంధ్రినను ని • ట్లాలిగొనఁగ
నేల చక్కఁగఁ గను విచ్చి • యేనుబేడిఁ
జూడ రోయుదు రణమున • సూతకృత్య
భరముదాల్చుట కెమ్మెయిఁ • బనుచువాఁడ 18

వ. అదియునుం గాక. 19

చ. కురుబల మేఁగుదెంచె [1]నటె • గోవుల బిట్టఱఁ బట్ట దానిపైఁ
బరిగొని శౌర్యసంపదయు • బాహుబలంబును జూఁప బూని యే

1. ఘ. నట

నరిగెద [1]నట్టె తెరికి బృ • హన్నల సారథి యైన దీని న
వ్వరె పురిలోన నింతకఱ • వా రథచోదకు లింత యేటికిన్. 20

వ. అనిన విని సైరంధ్రి యతని కి ట్లనియె. 21

ఉ. కౌరవసేన గాదు త్రిజ • గంబులు నొక్కట నెత్తివచ్చినం
దేరు బృహన్నలావళగ • తిం జరియించిన గెల్వవచ్చుఁ ద
ద్వీరగుణంబుసొంపు పృథి • వీపరనందన ము న్నెఱుంగుదుం
గారణజన్మ మై తనువి • కారము పచ్చినఁ బెంపు దప్పునే. 22

వ. అనవుడు. 23

క. మన మురియాడుచు నుండఁగఁ
దన కౌరు లప్పటికి లేమి • ధరణీశ్వరనం
దనుఁడు బృహన్నలఁ బిలువం
బనుచుట కొదఁబడినపలుకు • పలుకుటయుఁ దగన్. 24

వ. సైరంధ్రిదెసఁ గనుంగొని యేను బోయి తోడ్కొని వచ్చెద ననిపూని.

సీ. అడుగులనునుఁగాంతి • నయ్యెడ
పద్మరాగంబుల నెలకట్టు • కరణి నొప్పఁ
జాలిండ్లు దను వెడ • వ్రాలింప జెన్నొందు
[2]నసదుఁగౌఁదీఁగెయ • ల్లాడుచుండఁ
దళివేచివెనువెంటఁ • దగులు శ్యామాంధకా
రములీలఁ గ్రొవ్వెద • గొప్పరుమిగులఁ
గణ్ణభూషణమౌక్తి • క ప్రభాడోలన
మీక్షణ [3]దీప్తుల • నిసుచుడింప

1. జ. నట్టి. 2. 'అసుదు' అనియే ప్రతులు. 3. క. రోచుల,

తే. వందియల మొరపంబున • కరుగుదెంచి
ప్రోది రాయంచ రయమునఁ • బ్రోవునవ్వి
ధంబు దగ నభ్యసించుచం • దమునఁ దోన
చనఁగ నుత్తర నర్తన • శాలకరిగె. 26

ఆ. మెఱుఁగు [1]మొగిలిసొచ్చు • తెఱఁగున నాట్యమం
దిరము సొచ్చితనదు • గురువుకడకు
నరిగి నెమ్మి నిక్కి • లను నింతి ప్రార్థనా
వినయసంభ్రమములు • పెనఁగొనంగ. 27

క. ఇచ్చట నొకకయ్యంబున
జచ్చె మదీయాగ్రజన్ము • నేరథి తగువాఁ
డెచ్చోట లేమి నాతం
డచ్చుపడుపఁ డయ్యె నీక్రి • యతు నొండొకనిన్. 28

వ. అది యట్లుండె నేఁడు కౌరవులు పసులం బట్టి రవికూయి వచ్చిన నన్నసన్నద్ధుండై వెనుకందగులనమకట్టి సారథ్యంబు సేయువాఁడు నొందిన నీ కందువ సైరంధ్రి సెప్పినం బ్రియం బంది నిన్నుదోడ్తేర నన్నుఁ బనిచిన నేనును నీపాల నాకుఁ జనవు గలుగుటంజేసి యెల్ల విధంబులం దెత్తునని పూనివచ్చితి నీవును నాపలుకులు గుఱుచ సేయక నీపెంపునం బ్రకటంబుగా నయ్యుత్తరకుమారునకు రధంబు గడప నియ్యకొని యియ్యాపదఁ దలఁగవలయు నిట్లొడంబడక తప్పుట నావలని వాత్సల్యంబు గొఱంతపఱుచుట యనిన నమ్మద్దియపలుకులు ముద్దు సేసి. 29

1. క్ష. గ. మొయిలు.

క. నగుచు బృహన్నల యిట్లను
జగతీశ్వరపుత్త్రి నాకు • సారథ్యమునే
ర్పు గలదె నీమాటకు నే
మిగులంగా వెఱతుఁ బొదము • మీఁ [1]ద ట్లుండెన్. 30

క. భవదీయప్రార్థనచేఁ
దివిరి పరమదుష్కరములు • దీర్చి యయిన ను
త్సవ మొనరించెద సార
థ్యవిధం బొకఁ డనఁగ నేల • యంబుజవదనా. 31

వ. అనుచు సంగీతనిలయంబు వెలువడిసలీలంబుగా మెత్తమెత్తన నడ
తెంచుమత్త శుండాలంబునుంబోలె. 32

ఉత్తరుఁడు బృహన్నలను దనకు సారథిఁగాఁ జేసికొనుట

తే. [2]అరుగుదెంచుబృహన్నల • నంతనంతఁ
గని నృపాలసుతుం డను • గారవమున
గౌరవులతోడఁ గయ్యంబు • గలిగెనాకుఁ
గడఁగి నేఁడు రథమ్మివు • గడపవలయు. 33

క. [3]వే రమ్ము మైమఱువుఁ దొడి
తే రెక్కుము [4]దప్పఁ గ్రుంకఁ • దీఱుదు సీసన్

---

1. దెట్లుండెన్. 2. చ. అరుగుదెంచునాబృ • హన్నల సంతంతఁగ నినృ
పాలసుతుఁడు • గౌరపమునఁ గౌరవులకు నాకుఁ • గయ్యంబుగలదీవు
గడఁగి నేఁడురథము • గడపవలయు' అని కొన్ని ప్రతుల పాఠము.
3. ఘ. నేరిమ మైమఱువుం 4. క. గ. దడవు గ్రుంక.

సైరంధ్రి సెప్పె నీ దగు
[1]పీరమ్మున పెంపు లావు • వెరవుసు మాకున్.

చ. అనుటయు నాటపాట గల • యప్పటికిన్ ననుఁ గోరి పిల్వఁ బం
చినఁ దగుఁగాక సంగరము • చేఁతకు సారథి గమ్ము రమ్ము నీ
వను టుచితంబె యెల్లెడల • నారసి బాహుబలాఢ్యుఁ డైనయొ
క్కని రథ మే·ద్తెఱం గడపఁ • గా నియమింపు రాజనందనా 35

వ. అనిన విని వైరాటి కిరీటి కి ట్లనియె. 36

ఉ. ఖాండవ మేర్చునప్పుడు ద • గన్ రథచోదకవృత్తి సల్పి యా
ఖండలసూతికిన్ జయము • గల్గ నొనర్చినయట్టిబుద్ధియున్
దండితనంబు నీ యెడన • తక్కెనె నాదెస మైత్త్రి పెన్పు మిం
కొండొకమాట దక్కుము ర • ణోత్సహనం బొనరింపు గ్రక్కునన్.

తే. అనిన నాతనిమాటకు • నడ్డమాట
వెఱచినట్టితెఱంగు భా • వించి యల్ల
నియ్యకొనుటయు నమ్మను • జేంద్రసుతుఁడు
దృఢతనుత్రాణ మతనికిఁ • దేరఁబనిచె. 38

క. తెప్పించి తొడుగు మీ వని
యొప్పించిన నిట్టు నట్టు • వొఱవలుగా మైఁ
గప్పికొని యాబృహన్నల
యప్పుడు నగుపించె నచట • యబలాజనమున్. 39

క. ఉత్తరుఁడు సత్వరంబుగఁ
దత్తనువున మఱువు [2]దొడిగి • తానును హృద్యో
దాత్తం బగుకంటక మిడి
చిత్తము పసిఁ గ్రమ్మఱింప • జిడిముడిపడఁగన్. 40

---

1. క. పీరమ్మును. 2. జ. దొడిపి

వ. బృహన్నల నవలోకించి 41

క. హయములఁ బూన్పుము రథమున
రయమున సిడమెత్తుమిపుడ • రావలయును గో
చయము గొని యస్మదీయ వి
జయ మభినందింపఁ బురము • జను లెదురుకొనన్ 42

తే. అనిన నీ వేమి పనిచిన • వట్టి చేయ
వలయు నీ వున్నయెడ నుండ • వలయునీవు
సన్నదెఁస జనవలయు నా • శక్తియెఱిఁగి
పంచి పనిగొనికడిమిమైఁ • బగఱగెలువుము. 43

వ. అని పలుకుచు మనంబున ముదం బొదవ నాధనంజయుండు. 44

క. కాంచనజాలాలంకృత
చంచత్తనులీల మెఱయు • జవనాశ్వములం
బూంచి రథంబున మణిమయ
పంచాననకేతు వెత్తె • బంధురభంగిన్. 45

వ. ఇట్లు సన్నాహంబు మెఱసినసారథిం జూచి యుత్తరయుం జెలులు
ని ట్లనిరి. 46

క. కురువీరుల గెలిచి తదం
బరములలోఁ జిత్రవర్ణ • భాసురములుగాఁ
దర మెఱిఁగి లోచనోత్సవ
కరములుగా బొమ్మవొత్తి • కలపం దెండీ. 47

క. అనుడు బృహన్నల యిట్లను
జనపాలకనందనుండు • జయలక్ష్మిం జే
[1]కొనునపె చీరెలు దెచ్చుట
పనియే యటు సూడఁ దెల్ల • భంగులఁ దెత్తుఁ. 48

వ. అనుచు ధనుస్తూణీరకృపాణముద్గరాదివివిధసాధనంబులు రథంబుపైఁ బదిలంబుగా నిడి నొగ లెక్కి పగ్గంబు స్రుక్కు సక్కంజేయ నుత్తరుండును బసులం బట్టిన దెస గోపాలకు [2]నడిగినవాఁడు పితృవనంబు వల నని చెప్పిన వినుచు రథారోహణంబు సేసి వెడలి పౌరవృద్ధపుణ్యాంగనాభూసురసమూహంబులు బృహన్నలం జూచి తొల్లి ఖాండవదహనంబున నర్జునునకు నీకతంబున నయినమాంగల్యం బెట్టి దట్టిద భవత్సాహాయ్యంబున భూమింజయున కయ్యెడు మని దీవించి సేసలు సల్లంబురంబు నిర్గమించినిరర్గళ పరాక్రముండయిన యాఫల్గునునైపుణంబున వల్గదశ్వంబగు రథంబురయంబునకు మెచ్చుచుం బరేతనిలయప్రాంత ప్రదేశంబు సేరం జని. 49

సీ. అభినవజలధర • శ్యామంబు లగునెడ
లాకుజొంపంబుల • ననుకరింప
సాధ్యరాగోపమ • చ్ఛాయంబు లగుపట్లు
కిసలయోత్కరములఁ • గ్రేణిసేయ
రాజమరాళగౌ • రము లగుచోటులు
దళమఁబూఁబొదలచం • దంబు నొందఁ
హారిద్రరుచిసమా • కృతు లగుతావు
లడరెడు [3]పుప్పొడు • లట్లు మెఱయఁ

1. క. కొనుచే చీరలు, 2. జ. గోపాలకులనడిగినవారు. 3చ. పుప్పొళ్ళకడిమి

తే. గలయ నెగసి ధరాధూళి • లలితవనము
దివికి [1]నలిఁ గాఁపు వోయెడు • తెఱగుఁ దాల్ప
గోగణము ముంగలిగ నేల • గోడివడఁగ
నడచుకౌరవరాజసై • న్యంబుఁ గనియె. 50

ఉత్తరుఁడు కురుసైన్యంబు గనుంగొని భయభ్రాంతుం డగుట

క. కని యుత్తరుండు గరుపా
ఱినమేనును దలఁకుమనము • ఱిచ్చవడినచూ
పును నై త్రొట్రుపడుచు ని
ట్లనియె దిగులు వొచ్చి యాబృ • హన్నలతోడన్. 51

శా. భీష్మద్రోణకృపాదిధన్వినికరా • భీలంబు దుర్యోధన
గ్రీష్మాదిత్యపటుప్రతాపవిసరా • కీర్ణంబు శస్త్రాస్త్రజా
లోష్మస్ఫారచతుర్విధోజ్జ్వలబలా • త్యుగ్రం బుదగ్రధ్వజా
ర్చిష్మత్త్వాకలితంబు సైన్య మిది యేఁ • జేరంగ శక్తుండనే. 52

క. అకృతాస్త్రుఁడ బాలుఁడఁగా
ర్ముకవిద్యాప్రౌఢిమైని • రూఢు లయినయా
శకుని జయద్రథ దుర్ముఖ
వికర్ణ కర్ణాది యోధ • వీరుల కెదురే. 53

క. ఇట్టగు టెఱుఁగక వచ్చితి
మెట్టాకొ మనభంగి వీర • యిందఱును గడున్
బెట్టిదులు మనకు మార్కొను
నట్టికొలఁది గాదు భీతి • యడరెడుఁ దోడ్తోన్. 54

1. క. గ. సరిగాఁపు

ఉ. కౌరవసేనఁ జూచి వడఁ • కెం దొడఁగెన్ మది లోన మేను నీ
వూరక పోవు చున్కి యిది • యొప్పునె యిప్పటిభంగిఁ జూచిన
న్వీరల నేను మార్కొనమి • నిశ్చయ మ ట్లగుటన్ రయంబునం
దేరు మరల్పు ప్రాణములు • దీపన మున్ [1] వినవే బృహన్నలా.

వ. అనిన దరహసితవదనుం డగుచు శతమఖతనయుం డతని కి ట్లనియె.

చ. అసదృశలీలఁ బొల్చురథి • కావలిమీఁదఁ జనంగ వెట్టినే
మసలక యామిషంబు గొని • మార్గము పట్టినతుచ్ఛసైన్యమున్
వెసఁ జని ముట్టి గోధనము • వేగ మ ర్తలముగాక యిమ్మెయిం
బసు లటు వోవఁగా మరలఁ • బాడియె నీకు నరేంద్రనందనా. 57

ఉ. అంతిపురంబులోనఁ గల • యంగన లెల్లను నెమ్మనంబులన్
సంతస మందఁగా బసులఁ • జయ్యనఁ దెచ్చెద నంచుఁ బూని నీ
వెంతయు మేటి వై యరద • మెక్కి రయంబున వచ్చి యిచ్చటన్
దంతితురంగసద్భటక • దంబముఁ జూచి కలంగు టొప్పునే 58

ఆ. అనినపలుకులకు బృ • హన్నలఁ గనుఁగొని
యెలుఁగు [2] వడఁక నాతఁ • డిట్టులనియెఁ
బసుల దయ్య మెఱుఁగుఁ • బడతుంసంతోష
మేల నాకు నఁకిఁ • జాల నేను. 59

వ. అనవుడు, 60

చ. తనభుజశక్తియున్ రిపుల దర్పము నేర్పడఁ జూచిచూచి యె
ట్లును దెగ కున్నఁ బోక యిది • లోకముచక్కటి శూరు లైన దీ

1. ఖ. వినమే. 2. పు. వడఁగ.

విని మది మెచ్చ రీబలము • నీ దెస దేఱియుఁ జూచి దింతకుఁ గా
మున భయహేతు వైనవిధ • ముం దగఁ జెప్పుము నాకు నిత్తఱిన్.

సీ. దెసలు బీఁటలు వాఱ • దివురు ¹చిందములకో
లాహలంబులకుఁ గ • లంగఁబడక
యురవడి సేనలు • ²దెరలఁ బైఁ దోఁతెంచు
ధూళి పెల్లడరినఁ • దూలపోక
చతురంగబల పతి • సాంద్రతఁ గవిసిన
యగ్గలికమునకు • బెగ్గడిలక
శస్త్రాస్త్రములు రథ్య • సారథివర్మాంగ
తతి నాటుతఱచునఁ • దల్లడిలక

తే. బహువిధంబులఁ బగతుర • బరవసమున
నిత్తెఱంగునఁ గలుగుక్రం • దెల్లనోర్చి
నిల్చి గెల్చిన సత్కీర్తి • నెగడుఁగాక
దవ్వుదవ్వుల ³నిలైన • నవ్వదెట్లు. 62

చ. అనుదివిజేంద్రనందనున • కమ్మనుజేశ్వరసూనుఁ డిట్లనున్
వినుము త్రిగర్తవాహినులు • విక్రమసంపద సొంపు మీఱ గో
ధనములఁ బట్టినం బతి యు • దగ్రత సైన్యము లెన్ని యన్నియుం
గొని యట వోయెఁ గాన మన • కుం బురి బానట లేర యెవ్వరున్.

తే. ఒంటి దలపడి కురుసేన • నోర్చువాఁడ
నే యి దేటికి వెఱపాట • లిట్టు లాడ

1. క. చిందంబుల కోలాహలములకుఁ గుదియఁడక. 2. క. గ. దెరలు పై
3. విరిగిన,

వారు గానకముందఱ • దేరు దోలు
కొని రయంబునఁ బురి కరు • గుటయె నీతి. 64

వ. అనినం బార్థుండు పార్థివనందనున కిట్లనియె. 65

క. [1]వెగ డొంది యిట్లు పలుకఁగ
నగునే పగతురు ప్రమోద • మందఁగఁ బసులన్
దిగ విడిచి పురజనంబులు
వెగడంగా మగిడి పోక • దీనత గాదే. 66

వ. అట్లుం గాక. 67

మ. నను సైరంధ్రి గడంగి పేర్కొనియె దా • నం బెంపుమైఁ బిల్చి తో
డని తోడ్తెచ్చితి వీవు బంటుతన మ • ట్లగ్గించి పౌరాలి దీ
వన నిచ్చెం దుదిఁ బోయి కౌరవులు గో • వర్గంబుఁ గొంపోవఁగాఁ
గని యేఁ గ్రమ్మఱి రిత్తవోదునె భయో • త్కంపంబు నీ కేటికిన్.

తే. చిత్తవృత్తి యొక్కించుక • చిక్కఁ బట్టు
మిపుడు కౌరవసైనికు • లెల్లఁ జూచి
వెఱఁగుపడ వేగమునులావు • వెరవు మెఱయఁ
గదుపఁ బెట్టించిపోదము • గ్రమ్మఱంగ. 69

వ. అనుచు వివ్వచ్చుండు గడంగి తేరు వోవ నిచ్చుటయు నాననంబు పల్లటిల్ల మానసంబు దల్లడిల్ల నాభూవల్లభకుమారుండు. 70

క. దవ్వుల విఱిగినఁ బౌరులు
నవ్వుదురటె మేలు మేలు • నను నాఁగకు నీ

1. ఆ. బెగ డొంది,

క్రొవ్వఱుగదేనిఁ దలపడు
మెవ్విధిఁ జవిలేని పనుచు • నెత్తినభీతిన్. 71

క. శరములు శరాసనము న
య్యరథముపై డిగ్గ విడిచి • యతిరభసమునన్
ధరణికి లంఘించి వెసం
బురిదెసకును లజ్జ వీటిఁ • బోవం బాఱెన్. 72

వ. ఇట్లు పాఱినం దనమనంబునం గుత్సించుచు బీభత్సుండు యుగ్యంబుల పగ్గంబులు నొగల ముడిచి రథంబు డిగ్గ నుఱికి లంబకేశభారుండును నాందోళితరక్తాంబర యుగళాంచలుండును నగుచు నతనివెనుకం బఱచు సమయంబున నిలిచి కనుంగొను కౌరవబలంబునందు. 73

ఉ. అజ్ఞులు కొంద ఱప్పుడప • హాసము సేయుచు గూఢరూపరే
ఖాజ్ఞత లేమిఁ దద్వికృత • కాయముమీఁదను [1]దృష్టి నిల్పఁగాఁ
బ్రాజ్ఞులు మూర్తిసౌమ్యతయు • బాహులదీర్ఘతయుం [2]బటుత్వత
త్త్వజ్ఞతయున్ గతిస్ఫురదు • దాత్తతయుం గని సంశయంబుతోన్.

తే. ఆఁడుఁజందంబుఁ బురుషస • మాకృతియును
గలిగి యున్నవి యొప్పు నూ • ష్మలతసొంపు
వికృత వేషాకృతంబు[3]లై • వెలయ కితఁడు
నివుఱు గవిసిన మెఱయని • నిప్పు బోలె. 75

ఉ. బాహులచాయయున్ గమన • భంగియు నర్జుననట్ల దీన సం
దేహము లే దితండు దన • తేజము దాఁపఁగ మత్స్యభూమిభృ
ద్గేహమునందుఁ బేడి యనఁ • గిడ్పడి యుండెనొ కాక యీకురు
వ్యూహముతోడికయ్యమునఁ • గొంచొకరుం డిటు లొంటివచ్చునే.

క. దృష్టి. 2. క. గ. పటుత్వ. 3. క. నై • వెలయు నితఁడు.

చ. విరటుఁడు [1]దక్షిణంబునకు • వీఁకల సారథున్ నిజాజికై
పురిఁ గలవారి నెల్లఁ గొని • పోయిన [2]నొండులు లేమిఁ జేసియు
త్తరుఁ డిట వచ్చుచుండి యర • దంబు దగం గడపంగ నెవ్వరుం
దొరకొన కున్నఁ దానితవిఁ • దోడ్కొని వచ్చినవాఁడు సూడఁగన్.

చ. పరి సనుదెంచి గోగణముఁ • బట్టి రనన్ విని పిన్న గాన మీఁ
దరయక రాజనందనుఁ డ • హంకృతిమైఁ బఱతెంచి సైన్యవి
స్ఫురణముఁ జూచి భీతిఁ దన • బుద్ధి గలంగినఁ బాఱఁజొచ్చెని
ష్పురుషునిశౌర్యసంపదయు • భూరిబలంబు నెఱుంగఁ దేమియున్.

వ. అనుచు నిశ్చయరహితహృదయు లగుచుండ శుండాలరయలీలానమ రేఖం బగు గమనంబునం బురుహూతపుత్త్రుండు పదశతమాత్రప్రదేశ పలాయితుం డైన భూమింజయు నెయిది పట్టికొనిన నతండు.

సీ. [3]వెలవెలఁ బాఱుచు • వెగ డొందుఁ [4]బెదవుల
తడి యాఱ నెంతయుఁ • దల్లడిల్లుఁ
జల్లన నంగంబు • లెల్లనిండఁ జెమర్చుఁ
బదములుఁ గరములుఁ [5]గుదియ వడఁకు
హృదయంబు తటతట • నదరంగఁ బెనుకఱు
దీనదృష్టుల మోముఁ • దేఱిచూచు
నెఱుఁగు గద్గదికఁ దొ • ట్రిల నేడ్చు విడు మని
ప్రార్థించు మాటఁ గీ • డ్పాటు దోఁప

1. క. పట్టుదట్టముగ; ఖ. బెట్టుదిట్టముగ; ఘ. దండుదట్టముగ. 2. క. నొండొరులేమిఁ 3. 'వెలువెల' యనియే ప్రతులం జూపట్టెడి. 4. ఘ. బెదవులఁ దడపుచు. 5. గ. వడఁగ; ఖ గుదువ వడఁకు.

తే. నిష్కశతశుద్ధహేమంబు • నిర్మలోజ్జ్వ
లాష్టవైడూర్యములుఁ దుర • గాఢ్యరథముఁ
గరటిదశకంబు నొకయూపుఁ • బురముసొచ్చి
నపుడ యిచ్చెద నీ కను • నార్తుఁ డగుచు. 80

క నాతోడి ప్రేముడిం గడు
నాతుర యై యెదురుచూచు • సంబకు జేతః
ప్రీతిగఁ జని యాయమఁ బొడ
సూతుం బొసఁగదే వి • శుద్ధచరిత్రా 81

— • అర్జునుఁ డుత్తరునిఁ దనకు సారథి గాఁ జేసికొనుట • —

వ. అని మఱియు నానావిధదీనాలాపంబులం బ్రార్థించు చుండం బార్థుండు నగుచు నతనిం దేరు పేరం దెచ్చి.

చ. వెఱవకు మన్న పోటు కురు • వీరులతోడ నశక్యమేని న
త్తెఱఁ గది యేల నీ [1]కుడుగు • తేరికి సారథి గమ్ము నాపుఁ జి
చ్చఱపడు గెట్టు లట్టడరి • శూరుల మొత్తము నుగ్గు సేసెదం
బఱపెద సేన రాజుధృతిఁ • బాపెద గోవుల గ్రమ్మఱించెదన్. 83

క. అనుచు నొడఁబాటు లేకు
న్నను నయ్యుత్తరుని వొగల • నడుకొన నిడి తా
మును రథ మెక్కి రథికుఁ డయి
చనియె నరుఁడు జమ్మి సేర • సమ్మదలీలన్. 84

వ ఇట్లుసవ్యసాచినిక్షిప్తాయుధం బైనశమీవృక్షసమీపంబున కరుగునవసరం బునం గ్లీబరూపచ్ఛన్నుం డయ్యును బ్రస్ఫురణవిశేషభీషణుం డగు

1. కుఱుగు.

నతనిం గనుంగొని కౌరవసైనికులు గలంగినమనంబులతోడ నివ్వెఱపడి యుండ వారలం గనుంగొని తోఁ చుచుత్పాతంబుల నాలోకించి గురుం డి ట్లనియె. 85

క. మాసె నభోమణి నక్కలు
గూసెం [1]గలయంగ దెసల • కుం బలుసాయల్
[2]సేసెం బఱమొయిళులదరి
మ్రోసెం దమయంతఁ దూర్య • ము లపధ్వను లై. 86

క. ఇగ్గజములు మిన్నకయును
మ్రొగ్గెడు నుత్తమతురంగ • ములు బాష్పజలం
బగ్గలము విడుచుచున్నవి
[3]దగ్గెడుఁ గారణము లేక • తడఁబడి పడగల్. 87

క. దగ్ధము లై నట్టులు స
మ్యగ్ధైర్యము లెడలె మండె • నాయుధచయముల్
దిగ్దూమం బెసఁగె నసం
దిగ్ధము మన కాజి యగుట • దీనికిఁ దగఁగ౯. 88

క. మొన లొఱపుగఁ దీర్చికొనుఁడు
దనతనవాహనము లాయు • ధము లెల్లజనం
బును ననువుచేసికొనుఁడో
పినయంతయుఁ గాచికొనుఁడు • బెదరక పసుల౯. 89

---

1. చ. గ. జ. గలనెల్ల. 2. సేసెఁ బఱమొగులు గీడై : జ. సేసెఁ బఱ మొగిళు లదరుచు. 3. ఘ. జ. త్రగ్గెడుకారణ .... తడఁబడెఁ; 'త్రగ్గెడు' అనియే ప్రతులు పెక్కిటఁ జూపట్టెడి.

వ. అని చెప్పి తానప్పు డర్జును నెఱింగినవాఁడు గావున నతనికి నజ్ఞాతవాస సమయ భంగం బగునో యనుభయంబున సురనదీసూనువదనంబు వీక్షించి సన్నవాఱ ని ట్లయె. 90

చ. [1]వెరవరి గాక వీఁడు కురు • వీరులకుం బొడసూపువాఁడె య
చ్చెరు వాక్రమానిపేర విట • పేరఁగ వచ్చుచున్నవాఁ డహం
కరణమ కాని యొం డొకటి • గానఁడు మూర్తివిశేష మారయన్
సురపతియట్ల వీనిమది • చొప్పది యెట్లొ యెఱుంగ వయ్యెడున్. 91

క. అనిన విని యెఱిఁగికొనియు
తనిమది సందియము మాన్పఁ • దలఁచి నరేంద్రుం
గనుఁగొనుచు నతననితోఁ జె
ప్పినభంగి నిగూఢవృత్తి • భీష్ముఁడు వలికెన్. 92

క. తలఁపఁగ రిపులకు సిమ్మగు
కొలఁదిఁ గడచి వచ్చితిమి య • కుంఠితబాహా
బలము నెఱపఁ దఱి యయ్యెను
జలింపవల దింక పనకు • శత్రులవలనన్. 93

వ. అనవుడు నాచార్యుం డయ్యర్థంబు గనుఁగొని పార్థునకు సమయభంగం బవలని సంకటంబు లే కునికికి మనంబునం బ్రియం బంది మొగంబునం దోఁపనీక పుయిలోట దక్కి యిట్లనియె. 94

శా. సింగం బాఁకటితో గుహాంతరమునం • జేడ్పాటుమై నుండి మా
తంగస్ఫూర్జితయూథదర్శనసము • ద్యత్క్రోధమై వచ్చునో
జం గాంతారనివాసఖిన్నమతి న • స్మత్సేనపై వీఁడె వ
చ్చెంగుంతీసుతమధ్యముండు సమర • స్థేమాభిరామాకృతిన్. 95

---

1. జ. వెరవిఁడి.

ఉ. ఈతనితోడికయ్యమున • కియ్యకొనం దగువార లస్మదీ
యాతతసేనలోఁ గలుగు • టారయ సంశయ మెల్లభంగిగో
వ్రాతనివర్తనంబు సుక • రంబ కిరీటి కితండు రుద్రునిం
బ్రీతునిఁ జేసె నా వినమె • పెం పెసలారెడుబాహుసంపదన్. 96

వ. అనుపలుకు లాకర్ణించి కర్ణుండు కటకటంబడి కుంభసంభవున కిట్లనియె.

ఉ. పాండవపక్షపాతమునఁ • బల్కెదు నోరికి వచ్చినట్లు ని
న్నొండన రామిఁజేసి యిది • యొప్పునె కౌరవసేన కెల్ల నా
క్కొండవ మేటి ఏబలము • గర్వముఁ గుందఁగ నిట్లు శత్రువో
చ్చండిమ కోహటించితి ని • జంబునకున్ నరుఁ డింతయెక్కుడే 98

ఆ. అతఁడు వచ్చెనేని • నస్మచ్ఛిలీముఖ
పాతచలితహృదయ • పద్ముఁ జేసి
వెగడుపఱిచి యో • ధవీరుల కెల్ల ను
త్సవ మొనర్తు బాహు • దర్ప మొప్ప. 99

వ అనిన విని సుయోధనుండు రాధేయున కిట్లనియె. 100

ఆ. తప్పఁ బలికి తీవు • పెప్పెద విను మిత్రఁ
దర్జునుండయేని • నడవి కేఁగి
భ్రాతృయుతము గాఁగఁ • బండ్రెండువత్సర
ములును నంద నిలువ • వలయు మగుడ. 101

క. ఒరుఁ డయ్యెనేని మామక
శరాసనక్షిప్తదీప్త • సాయకపంక్తిం
బరిమార్చెద వ్రేల్మిడి న
చ్చెరువుఁ బ్రమోదంబునొంది • సేనలు వొగడన్. 102

క. అనుపలుకులకును భీష్మం
డును ద్రోణుఁడు ద్రోణసూనుఁ • డును గృపుఁడును మే
లని యియ్యకొనిరి హృదయా
ననురూపములైన [1]తెలివు • లాస్యముఁ బొందన్. 103

- అర్జునుఁడు శమీవృక్షనిక్షిప్తం బైన గాండీవంబు గొనుట -

వ. అట్టియెడ శమీవృక్షసమీపంబున నరదంబు నిలుపం బంచి పార్థుం డుత్తరున కిట్లనియె. 104

క. ఇన్నగమునందు గాండివ
మున్నది యది గాని మద్భు • జోద్రేకవిలా
సోన్నతి కోర్వవు పెద్దయు
నన్నువ లీ విండ్లు గుఱుచ • లలఁతిబలంబుల్. 105

క. ఇవి నీ తెగకొలఁదివి వీ
రవినోదమునప్పు డధిక • రభసము లగుమ
ద్వివిధాటోపములకుఁ జా
లవు వి ల్లది నూఱువేల • లా వరయంగన్. 106

క. వీనిఁ గొని గట్టిమై మెఱు
వేనుంగును మఱియు నెట్టి • వేనియుఁ దునియం
గా నేయ నగునె కైదువు
లేని [2]యలవుకలిమి బొర • లెప్పై యున్నే. 107

వ. కావున నిమ్మహీరుహం బెక్కి యమ్మహనీయచాపంబు దెచ్చి యిమ్ము ధర్మజ భీమార్జుననకులసహదేవులు దమతమసమస్తాయుధంబులుఁ

1. క. తెలుపు 2. చ. యెలువు

గూడం గట్టి యిందుఁ బెట్టినవా రాకట్ట విడిచి యందు గాండీవంబు
పుచ్చికొని తక్కటియవి యెప్పటి యట్ల బంధింపు మని చెప్పి శవాకా
రంబున నున్న శస్త్రాస్త్రప్రపంచయంబు సూపిన భూమింజయుం డతని కి
ట్లనియె. 108

క. పీనుఁగు నంటఁగ నగునే
భూనాథతనూజుఁ డనక • పుయిలోడక న
న్నీనీచపుఁబనిఁ బనుపం
గా నీకుం దగునె పాప • కర్మము గాదె. 109

వ అనిన విని ధర్మనందనానుజుం డత్యాదరంబున 110

ఆ. మనుజు లంట కుండ • మఱువడఁ జేసిన
యస్త్రశస్త్రప్రపంచ • యంబు గాని
శవము గాదు మత్స్య • జనపాలపుత్త్ర యే
నట్టిదైనఁ బనుతు • నయ్య నిన్ను. 111

క. నమ్ముము కైదువుమో పగు
జిమ్మి వెసం ద్రాఁకి విడిచి • చాపము నాకం
దిమ్మనుడుఁ జేయునది లే
కమ్ముగ్గుం డమ్మహీజ • [1]మలసత నెక్కెన్. 112

వ. ఇట్లుత్తరుండు సమారూఢశమీవృక్షుం డగుటయు నరదంబుపయి నిలు
చుండి పాండవమధ్యముండు వేవేగ విడువు మనవుడు నతండు నాయుధ
బంధం బెడలించిన. 113

1. క. మల్లన.

క. మెఱసి యుదయించు గ్రహముల
తఱచుప్రభలఁ గ్రేణిసేసి • దళదళలం గ్రి
క్కిఱిసి వెడలెనావిండ్లన్
మెఱుఁగులు నృపతనయుదృష్టి • మిఱుమిట్లు గొనన్. 114

వ. అట్టియెడ నయ్యాయుధంబులు. 115

క. పెనుపాములచందంబున
నునికికి భయ మంది వడఁకు • నుర్వీశసుతుం
గని తగుమాటలఁ గుంతీ
తనయుఁడు వెఱ వాపుటయు న • తం డచలితుఁ డై. 116

వ. [1]పొదువు విరియం దట్టి కనుంగొని నిరూపించి సారథీ యని సవ్యసాచిం
బిలిచి యిట్లనియె. 117

క. ఇది యొకచాపము విస్మయ
మొదవించుఁ గొండచిలువ • యొకొ నాఁ దగియు
న్నది ఖచితకనకకమలస
ముదయద్యుతిసముపగూహ • నోజ్జ్వల మగుచున్. 118

వ. దీనిం బాండవులయం దెవ్వరు ధరియింతురని మఱియు బహువిధంబు
లగు నాయుధంబు లుపలక్షించి వేఱువేఱ వానిచందంబు లుపన్యసించి
యివి యెవ్వరెవ్వరి వని యడిగిన నర్జునుం డిట్లనియె. 119

తే. తొలుత నీవు న న్నడిగిన • దొడ్డవిల్లు
గాండివము ఫల్గునున కేదు • గడయునదియ
సమరమున దేవదానవ • సమితినైన
గెలుచు నక్రమమున దాని • వలన నతఁడు. 120

1. జ. పొది.

క. ఆద్యపురుషోపలాలిత
షద్ద్యోతితరోచిరుద్గ • మోగ్రం బరిని
ర్వేద్యము దివ్యజనన మన
వద్యం బధికార్ముకైక • వరము కుమారా. 121

వ. అమ్మహనీయచాపంబు బ్రహ్మశతసహస్రవర్షంబులు ప్రజాపతిచతుష్షష్టిసహస్రవర్షంబులు నింద్రుండు పంచాశీతిహాయనంబులు సోముండు పంచశతాబ్దంబులు వరుణుండు శతశరత్పమితియుఁ గ్రమంబునన్ ధరియించిరి వరుణుచేత నగ్నిదేవుఁడు వేడుకపడి పుచ్చికొని పదంపడి యద్భుతకర్మంబునకు మెచ్చి వివ్వచ్చున కిచ్చె నతండును నఱువదేనేండ్లు ధరియింపంగలవాఁ డిట్టిది త్రిలోకపూజ్యమహిమనొప్పు చుండు

సీ. నీలోత్పలచ్ఛాయ • నెరసి సౌవర్ణపు
ష్పావలి నొప్పు బా • ణాసనంబుఁ
దాళప్రమాణసుం • దర[1]ము నై భర్మశా
ఖా[2]మృగాంచిత మగు • కార్ముకంబుఁ
దీవ్రపుణానల • దీప్తాకృతియుఁ గన
త్కనకమత్స్యంబులుఁ • గలుగుధనువు
మెఱుఁగారిసారంబు • మెఱయఁగాంచినమయూ
రముఖశోభిల్లుచా • పమునువరుసఁ

ఆ. పాండవాగ్రజుండుఁ • బవనపుత్రుఁడు నకు
లుండుఁ దదనుసంభ • వుండుఁ బట్టు
నవి కుమార యగ్గ • వాజినకోశప
హేశరంబు పార్థు • నదియ చూవె 123

---

1 క. మైన. 2 చ. మృగఖచిత.

క. ఎద్దెసలం గవచుచులు స
ముద్దీప్తము లగుచు నుండ • నుజ్జ్వల మగున
య్యుద్దండగదాదండము
పెద్దయు నెఱ మెచ్చి పట్టు • భీముఁడు పోరన్. 124

— • అర్జునుఁ డుత్తరునకుఁ దన్నెఱింగించుట • —

వ. అని చెప్పి మఱియు బాణకృపాణతనుత్రాణాదు లగువివిధసాధనంబులు వేఱువేఱ నిరూపించి గ్రక్కున నెఱింగించె నప్పుడు మహాత్ముం డగు నయ్యుత్తరుండు పాండువోత్తము నెఱుంగమి ని ట్లనియె. 125

క. ఈయెడ నిట్టిమ్మహానీ
యాయుధములు వెట్టి యెచటి • కరిగిరి మనకొం
తేయులు బృహన్నలా తగ
నీయెఱిఁగినయంతవట్టు • నిక్కము సెపుమా. 126

వ. అని సస్నేహంబును సగౌరవంబును సవిషాదంబునుంగా మఱియును.

క. ఏ నమ్మహానుభావుల
మేనల్లుఁడ వార లార్య • మిత్త్రిలు శత్రు
క్ష్మానాయకగర్వతమో
భానులు బంధుహితకార్య • పరతంత్రాత్మల్. 128

తే. ఆయుధిష్ఠిరుఁ డెచ్చట • నడఁగియున్న
వాఁడొ భీమునిపార్థుని • వర్తనంబు
లెయ్యెడలనేమిచందంబు • లయ్యె నక్క
టా విధాతృండ కవలెందు • డాఁగిరొక్కొ. 129

క. భూపాలవల్లభాజన
దీపిక యనఁ జాలుద్రౌప • దికి నెయ్యెడలం
దేపాటులు వాటిల్లెనో
కాపురుషులవలన నిట్టి • కొఱియ వుట్టెన్. 130

క కపటద్యూత మొనర్చిన
నృపతియు దుర్యోధనాది • నీచుల[1]వలఁ బా
ఱి పడియెఁ గడుఁ బెక్కిడుమల
రిపుమర్దనవీర్యభుజగ • రిష్ఠుం డయ్యున్. 131

క, వినఁబడ రెచ్చోటను దమ
వినుతమహీరాజ్యమహిమ • విడిచి చనుట నే
మని వినియెదనో నీచే
ననుడు నతం డిట్టు లనియె • నాతనితోడన్. 132

వ. వారలకు వగవ వలవదు విధివశంబున వచ్చిన యాపదకు నోర్చి కాన
దప్పక వారును బాంచాలియు నొక్కటఁ బండ్రెండేండ్లు వనంబున వసి
యించి పదుమూఁ డగునేఁ డజ్ఞాతవాసంబు సలుపవలయుట నిట వచ్చి
మనవీట[2]నవ్యాపన్నులై యున్నవారు వినుము వారి నెఱింగించెద. 133

క కంకుఁడు ధర్మసుతుఁడు వల
లాంకుఁడు భీముఁడు కవలు • హయశిక్షకగో
కింకరులు సెప్పఁ దొడఁగితి
నింకఁ గొఱఁత వెట్ట నేల • యే నర్జునుఁడన్. 134

తే. అధిపనందన మాలిని • యనఁగఁ బరగు
కాంత ద్రౌపది దానికై • కొదె సింహ

1 గ, చే, నోటుపడియె. 2 జ. నత్యానన్నులై.

బలునిఁ దమ్ముల గంధర్వ • పతులు సంపి
రనఁగఁ జంపె మహోగ్రత • ననిలసుతుఁడు 135

వ. అనిన విని భూమింజయుండు సంభ్రమాశ్చర్యసంశయంబులు మనంబున
ముప్పిరి గొనం దప్పక చూచి సవ్యసాచికి వెండియు నిట్లనియె 136

క. చిరకీర్తిప్రియుఁ డగున
న్నరునకుఁ బది గలవు భవ్య • నామములు మనో
హరముగ నవి చెపుమా యెం
దరయక యే నమ్మెదను బృ • హన్నల విన్నన్. 137

వ. అనుడు నతండు సస్మితాననుం డగుచు నర్జునుండు ఫల్గునుండు
పార్థుండు కిరీటి శ్వేతవాహనుండు బీభత్సుండు విజయుండు జిష్ణుండు
సవ్యసాచి ధనంజయుండు ననునివి పదియును నా పేళ్ళనవుడు నుత్త
రుండు పాండవమధ్యమున కిట్లనియె. 138

క. [1]ఏమేమికతంబున నీ
నామంబులు సంభవిల్లె • నెఱుఁగఁగ నవి చే
తోమోదంబుగఁ జెప్పుము
నీవదిఁ దత్త్వవిధంబు • నిశ్చిక మేనిన్. 139

వ. అనుటయు నట్ల చేయుద నని యతం డిట్లనియె. 140

ఆ. ధరణి యెల్ల గెలిచి • తగ ధనంబులు గొని
యునికి నే ధనంజ • యుండ నైతి
నెట్టివారి నైన • నెదిరినఁ బోర జ
యంబుఁ గొనుట విజయుఁ • డండ్రు నన్ను. 141

1. జ ఏమికతంబున నిట్లీ,

తే. తెలుపు లగు వాహనములు నా • తేర సమర
భూములం జెప్ప [1] నియతిమైఁ • బూన్కిఁ జేసి
శ్వేతవాహననామవి • ఖ్యాతి నాకు
సకలజనసమ్మతంబుగ • సంభవించె. 142

ఉ. రవి యుదయించినట్లు సమ • రంబున నాతలమీఁదఁ గాంతిమూ
ర్తి వెలుఁగు నింద్రుఁ డిచ్చిన కి • రీట మభేద్యమహోగ్రసుస్థిర
త్వవిభవరూఢిమై జనులు • దానవ నన్నుఁ గిరీటినామసం
స్తవనవిశేషపాత్రముగ • సమ్మతిఁ జేసిరి మాత్స్యనందనా. 143

తే. వీరులకుఁ జూడ బీభత్స • విధము గలుగునట్టి
కార్యంబు సేతకు • నెట్టిసమర
భంగులను దడఁబడక [2] బీ • భత్స సేయ
దాన బీభత్సుఁ డనునభి • దాన మయ్యె. 144

క. ఖండనమున నిరుగేలను
గాండీవము దివియ నేర్పు • గలిగిన నం దు
ద్దండ మను సవ్యకరము ప్ర
చండతఁ బరఁగుదును సవ్య • సాచి యనంగన్. 145

తే. ధరణి దుర్లభ మగునవ • దాతవర్ణ
మారఁ గలుగుట నర్జునుఁ • డంద్రు నన్ను
ఫల్గునాహ్వయ ముత్తర ఫల్గునీవి
శిష్ట కాలసంజననతఁ • జేసి కలిగె. 146

---

1 చ. నియత మై.

2 'బీభత్సుఁ జేయ' అనియే ప్రతులన్నిటఁ జూపఁబడె.

క. అనిమొన మార్కొని వ్రణమేఁ
గనుఁగొన ధర్మజుని మేనఁ • గావింపఁగ న
య్యనిమిషులుఁ జాల రెవ్వరుఁ
జెనకినఁ బరిమార్తుఁ గాన • జిష్ణుఁడనైతిన్. 147

క. పృథ యను పేరు మదంబకుఁ
బ్రథితంబై యునికిఁ జేసి • పార్థుఁడ నైతిన్
వృథయుఁగఁ బలుకదునే యవి
తథవచనుం డైనధర్మ • తనయుననుజుఁడన్. 148

వ. ఈపదిపేళ్ళును నివి కారణంబులుగాఁ బ్రకాశంబు లయ్యె సకలసురనికరంబు లడ్డుపడినం బుండరీకాక్షసహాయుండనై ఖాండవం బేర్చినప్పుడు మెచ్చి భద్రమూర్తు లైన రుద్రవిరించులు సన్నిధిసేసినం బెన్నిధి గన్న పేదచందంబున సంభ్రమించునాకుం గరుణించి కృష్ణుఁ డను నేకాదశ నామంబును నప్రతిహతబాణంబులు నొసంగిరి వారలయనుమతి నింద్రాదు లయినవిబుధులును వివిధంబు లగుదివ్యాస్త్రంబు లిచ్చిరి పదంపడి గీర్వాణులకు నోర్వరానియట్టివారి వరదానగర్వితుల నివాతకవచు లనియెడుదైతేయుల మాతలి సారథికంబగునైంద్రస్యందనం బెక్కి యొక్కరుండనమూఁడుకోట్లనిర్జించితి దుర్జయు లగుహిరణ్యపురనివాసుల నఱువదివేవుర దేవారాతుల వారాశితీరంబునం బరిమార్చితి నప్పుడు ప్రీతుండై కదా గిరిభేది కిరీటం బొసంగె దేవసంఘంబు శంఖం బిచ్చె నది గతంబుగా నప్పెందంబు దేవదత్తం బనం బరఁగె మఱియు నెయ్యెడలు నెవ్వరు దొడరినం బోలివోనిబలిమికలిమి వెలుంగుదు గాంధారీనందనుఁడు గంధర్వరాజుచేతం బట్టువడినయప్పుడు పదునాలుగు వేల గంధర్వుల జయించి యతని విడిపించితి నీ వోడకు మీకూడిన

కురుబలంబుల గెలిచి కర్ణగాంగేయకృపద్రోణద్రౌణిదుర్యోధనులు గనుం
గొను చుండఁ గదుపులం గ్రమ్మఱించెద నని సత్వరంబుగాఁ జెప్పిన
విని యుత్తరుండు చిత్తంబున నద్భుతహర్షంబులు వొదువ మ్రానుడిగ్గ
నుఱికి సర్వాంగసంగతోర్వీతలం బగుదండప్రణామం బాచరించి చేతులు
మొగిచి నిలిచి యి ట్లనియె. 149

— ఉత్తరుఁడు బృహన్నల నర్జునుఁగా నెఱుంగుట —

ఉ. బాహాసమగ్రశత్రుమద • భంజనశౌర్య సమస్తలోక చే
తోహరమూర్తి నీ విటులు • దోఁచుట నాకుఁ బ్రసన్నవిస్ఫుర
ద్దేహముతోడ భాగ్యమయ • దేవత సన్నిధిసేఁత గాదె స
మ్మోహము వాసెఁ జిత్తము ప్రమోదరసత్వముఁ బొంది పొంగెడున్.

క. విన్నెఱుఁగక యే నేమే
నన్నపలుకు లెల్ల మఱచి • యాశ్రితరక్షా
సన్నద్ధభావ మేర్పడ
నన్నుం గృపఁ జూడవే స • నాథుఁడ నగుదున్ 151

క. అన వినుచుఁ దేరు డిగి గ్ర
క్కునఁ గౌఁగిటఁ జేర్చె విరటు • కొడుకును గుంతీ
తనయుఁ డు సమ్మదమునఁ దన
[1]కనుఁగవఁ గదునశ్రువారి • గడలుకొనంగన్, 152

వ. ఇట్లు సమాలింగితుం డై. 153

చ. మనము కలంక దేఱె రిపు • మర్దన విక్రమ యెక్కు తేరు నీ
ఘనభుజశక్తిప్రాపున న • ఖండితశౌర్యమహోన్నతుండ నై

1 క. కనుఁగొనలను నశ్రు, గ. కనుగొవఁ బ్రమదాశ్రు.

యనిమొన సారథిత్వము మ • హత్త్వము వైరులు మెచ్చఁ జూపెదన్
ననుఁ బనిగొమ్ము లెమ్ము కురు • నాథు నచల్పు మరల్పు గోవులన్.

క. మనమునఁ గోరుదు నే న
ర్జునునకు సమరమున రథ్య • చోదకభావం
బునఁ బనిసేయవలయు నని
యనిశము విధికరుణ నాకు • నది సిద్ధించెన్. 155

వ. అని పలుకునుత్తరు నత్యాదరంబునం జూచి సవ్యసాచి యతని కి
ట్లనియె. 156

మ. ప్రియ మక్షీణము నాకు నీదెస మదిన్ • భీతి[1]ప్రదోద్వేగసం
శయముల్ సేరఁగనీకు నీకు ఘనర • ణకల్పనాబుద్ధిని
శ్చయసంపాదిని నాదుదృష్టి వినుమ • శ్వవ్రాతముం జోఁక గా
లియు రానీను [2]దృణీకరింపు రిపుదో • ర్లీలాసముల్లాసమున్. 157

వ. అనిన విని భూమింజయుండు సవినయంబుగా ని ట్లనియె. 158

క. నిను నర్జునుం డని యెఱిం
గినయంతన బాసె నెల్ల • కిల్బిషములు నీ
తనువేల షండభావం
బునఁ బొందెనొ యెఱుఁగ వలయుఁ • బుంస్త్వాభరణా. 159

చ. అనవుడు నాతఁ డి ట్లను మ • దగ్రజాపంపున బ్రహ్మచర్యవ
ర్తనకయి పూర్వశాపవిహి • తంబగు రూపముఁ దాల్చి యేక హా
యనపరిపాలనీయ మగు • నట్టివ్రతంబు సమాప్తిఁ బొందఁ జ
ల్పినజతనంబు లోపలనుఁ • బేడితనం బయితోఁచె నిమ్మెయిన్. 160

1 చ. భ్రమోద్వేగ. 2 జ. దృణీకరింతు.

వ. అదియును నిట మీఁద లేదనినఁ బ్రమోదమానమానసుండయి మత్స్య
పతిసూనుండు పాండుసూనున కి ట్లనియె. 161

ఆ. ఇట్లు దెలియఁ జెప్పు • టెల్ల నాదెసదయ
పెంపుతోడికూర్మి • పేర్మిఁ గాదె
యింక సురల కైన • శంకితునే భవ
ద్బాహువప్రగుప్తి • 1బలుపు గలుగ. 162

వ. నాకుం బని యెయ్యది పనుపు మనిన నతండు ప గాఁడీవంబును గాంచన
పుంఖంబు లగు 2బాణంబులతూణీరయుగళంబును మదీయతనుత్రాణ
కృపాణంబులును బుచ్చికొని తక్కినవాని నెప్పటిభంగిన కట్టిపెట్టి
రమ్మని నియోగించిన నాతండు నట్లచేయుటయు నమ్మహాత్ముండు
నియతాత్ముండయి యధిదేవతలకుం బ్రణమిల్లి భక్తితోడ దివ్యకోదం
డాదు లగుసాధనంబులు గైకొని సవిశేషస్ఫూర్తి యగుమూర్తి నత్యంత
దర్శనీయత్వంబు నొంది. 163

క. బలరిపుఁ డిచ్చినకుండల
ములు నుష్ణీషంబుఁ జిత్త • మున భక్తిమెయిం
దలఁప నవి వచ్చె వెంద్రుక
3లలవడఁగాఁ బాచి ముడిచె • సమర దృఢముగన్. 164

క. తలచుట్టు చుట్టెఁ గుండల
ములు పెట్టెను ద్రిండు గాఢ • ముగఁ గట్టెఁ గరం
బులవలయంబులు గనుఁగొని
యెలనవ్వొలయంగ నెక్కె • నేత్తెఱ రథమున్. 165

1 క, బలము, 2 గ. 'బాణంబులపొదియుఁ దూణీరయుగళంబును' అని పెక్కుప్రతుల పాఠము. 3 క గ. లలవడఁ బాచి ముడిపెట్టె.

వ. అట్టియెడ వరదానమహానుభావంబునంజేసి. 166

క. పెట్టక కట్టక మౌళిం
బుట్టినక్రియ దీధితులు న • భోభాగంబున్
ముట్టి వెలుంగఁగ నింద్రుని
పట్టికిరీటంబు వొలిచెఁ • బ్రస్ఫురితం బై. 167

వ ఇవ్విధంబున సన్నద్ధుండై యతిరథశ్రేష్ఠుండు రథం బెక్కి యం దాయుధంబులు పదిలంబుగా నిడి తనుత్రాణతలత్రాణంబులు దాల్చి కవదొనలం బూని గాండీవంబుఁ బుచ్చికొని యెక్కువెట్టి ముష్టి నలవరించి గుణధ్వని సేసిన. 168

తే పక్షిమృగజాతు లెల్లను • బ్రమసియుట్టు
నట్టుఁగలగొనఁజెదరె వృ • క్షాళియదరెఁ
గురుబలంబును బెదరెనం • బరముఁశలు
దూరటిల్లంగఁదొడగెఁద • దారవముల. 169

వ. తదనంతరంబ యగ్ని దేవుం దలంచిన నతండును దనవరంబున మున్న కలిగి విశ్వకర్మ నిర్మితంబును మాయామయంబును వానరాకారంబును నగు మహోగ్ర కేతనంబును దదాశ్రితంబులై నవికృతాభీలనానావిధభూతంబులనుం బుత్తెంచిన నుదాత్తచిత్తుం డయి యుత్తరుసింహపతాక శమీవృక్షంబునం బెట్టించి నిజధ్వజంబు రథంబునం గట్టించి దివ్యంబు గావున దేవదత్తంబు చిత్తజ్ఞత్వంబున సన్నిధి సేసిన సవినయంబుగాఁ గైకొనియె నక్కుమారుండును నాయితంబై నొగ లెక్కి పగ్గంబు లమర్చికొని యగ్గలికతోడం దురంగంబులయంగంబులు దొడయుచు వాని జవసత్త్వంబులు వేఱువేఱ వర్ణించిన. 170

అర్జునుఁడుత్తరసారథికం బైన రథంబెక్కి. దేవదత్తంబు పూరించుట

చ. తడ వగుదెంచె జమ్మికిఁ బ్ర • దక్షిణవృత్తిగఁ దేరు వోవని
మ్మెడ గలుగంగఁ బోయెఁ బసు • లిప్పుడ కూడుద మన్న నాతఁడున్
వడపఁ దొడంగుడున్ మనము • నన్ రణకౌతుక ముల్లసిల్లఁగాఁ
బిడుగులపిండు బి ట్టులియు • [1]పెల్లునఁ బార్థుఁడు శంఖ మొత్తినన్.

మ. కలఁగెం దోయధిసప్తకంబు గిరివ • ర్గం బెల్ల నూటాడె సం
చలతం బొందె వసుంధరావలయ మా • శాచక్ర మల్లాడెఁ గొం
దల మందెం ద్రిదశేంద్రుపట్టణము పా • తాళంబు ఘూర్ణిల్లెనా
కుల మయ్యెన్ గ్రహతారకాకులము సం • క్షోభించె నవ్వేధయున్.

తే. అపుడు నిశ్చేష్టితంబులై • హయము లవనిఁ,
జాఁపకట్టుగఁ బడియె మ • త్స్యక్షితీశ
నందనుండును నొగలపై • మ్రందినట్లు
[2]మ్రొగ్గతిలఁజాఁగిబలితంపు • మూర్ఛఁబొందె.

చ. కనుఁగొని ఫల్గునుండు దుర • గంబులవాగెలు పట్టి యెత్తిత
త్తనువులు నూల్కొనన్ నివిరి • తత్పరతం దగ మత్స్యభూమిభృ
త్తనయుని నూఁది పట్టి వికృ • తం బగురూపము చక్కఁజేసి నె
మ్మన మొకభంగిఁ దేర్చి [3]గరి • మంబుగఁ గౌఁగిటఁ జేర్చి యిట్లనున్

తే. శంఖభేరీరవంబులు • సామజముల
బృంహితంబులు వింతలే • పృథులసైన్య
పరియోదాత్తు లగువర • పాలసుతుల
కెలమిఁ బొందుము దీనికి • నింత యేల. 175

---

1. చ. బెట్టుగ, 2. జ. మ్రొగ్గతిల. 3. గరిమంబున.

చ. అనవుఁడు మత్స్యరాజసుతుఁ • డాతని కిట్లనుఁ దొల్లి శంఖని
స్వనములు విందు భేరులర • వంబులు విందుఁ గరీంద్ర బృహింత
ధ్వనులును విందు లద్భుతవి • ధంబుగ నిట్లవి యెల్ల జిత్తమో
హన మొనరింపజాలునె మ • హాఘనదం బిది యోర్వ వచ్చునే. 176

చ. చెవు లవిసెఁ దిశల్ దిరిగెఁ • జిత్తము నీఱవోయె నాకు నీ
రవమున నిమ్మహోగ్రకపి • రాజపతాకయుఁ జూడ్కిఁ జీఁకటుల్
గవియఁగఁ గ్రాలెడున్ భవద • ఖండితతేజము పర్వి యాత్మకున్
వివశతఁ జేయుచున్నయది • విహ్వలభావము మాన నేర్చునే 177

క. అన విని తగుమాటల నా
తనికొండలపాటు పాండు • తనయుండు క్రమం
బున డిందుపఱిచి యరదము
సనఁగా నెఱిఁగించి పట్టె • శంఖము మఱియున్. 178

వ. ఇత్తెఱంగున నయ్యుత్తరకుమారు ధీరుంగావించికొని పాండవవీరుండు
రథనేమి విస్వనజ్యానాదమేదురం బగుశంఖారవంబు సెలంగ నడచు
సమయంబున నాచార్యుండు దుర్యోధనున కిట్లనియె 179

సీ. శ్రవణపుటంబులు • వ్రయ్యంగఁ దాఁకి సం
క్షోభంబు గావించె • గుణము మ్రోఁత
బ్రహ్మాండభాండంబు • పగిలించి భూతని
శ్చైతన్య మొనరించె • శంఖరవము
గగనభాగం బెల్లఁ • గప్పి క్రాలుచు బెగ
డడరించె నుగ్రంపుఁ • బడగపఱపు
మిఱుమిట్లు గొని చూడ్కి • పఱివోవ
[1]వెలిఁగి పరిభ్రాంతి సేసెఁ గి • రీటకాంతి

1. ఫెరిఁగి దిగ్భ్రాంతి సేసెఁ గిరీట • కాంతింపు

తే. తెల్ల మిది గాండివంబును • దేవదత్త
ముసు గపిధ్వజమునువాస • వునివరమునఁ
గన్నమకుటంబు వగు వేఱ • కొన్నియైన
నుజ్జ్వలాద్భుతభంగులై • యున్నెయిట్లు

ఉ. అచ్చెరు వై నవిక్రమము • నగ్గలికన్ సమరంబు గోరి యీ
వచ్చుచు నున్నవాఁడు బల • వద్రిపుభీషణ [1]బాహుఁడై నవి
వ్వచ్చుఁడ యింక మిన్నక వి • వాదము సేసినఁ బోవ దియ్యెడం
బొచ్చెము లేనిబల్మిగలఁ • బోరి కమప్పుము దర్ప మేర్పడన్, 181

వ అని కృపాశ్వత్థామాదియోధముఖ్యుల నవలోకించి 182

క. మనమొనల దుర్నిమిత్తము
లనేకములు పుట్టఁ దొడఁగె • న ట్లగుట జయం
బనుమానం బొక కార్యము
వినుఁడా మీ కెల్లఁ జూడ • వెర వగునేవిన్. 182

ఉ. ముందర రాజుఁ బుచ్చి బల • ముల్ గలయంబడి గోవ్రజంబులన్
దండడి వెట్ట కుండఁ బిఱుఁ • దన్ నడపింపఁగ బంచి గట్టిమై
నందఱు నింతకున్ వెనుక • యై మొన తేర్చి చనంగ నెప్డు సం
క్రందనసూతి దగ్గఱియెఁ • గయ్యము సేయుట కప్పుడిమ్మగున్.

వ. అనిన విని సుయోధనుండు భీష్మకృప కర్ణ వికర్ణులదెసం గనుంగొని మున్న చెప్పితిన కాదె జూదంబునం బరాజయం బొంది పాండునందనులు పండ్రెండు వత్సరంబులు వనంబున బదమూఁడగునేఁడు జనపదంబున మన మెఱుంగ కుండఁ జరియింపనుం బూని కాదెభూమి

1. గ. రోషుఁ.

వెలువడిరి యీపదుమూఁడవ యేఁటికొలంత గలుగం బార్థుండు ద
న్నెఱింగించికొనియెనేని నెప్పటియట్ల వనవాసంబునకుం జనవలయు
నిది మనము మోహంబునం గానమి నొండె వారు లోభంబున వచ్చుట
నొండె నగుంగావున నెక్కువదక్కువలు నిరూపించి భీష్ములు దీని
నిశ్చయింపనర్హులు రిత్తయు త్తయుండకాక గాండీవియు [1]నగుట మన
కార్యంబు సఫలంబు సుశర్మ నక్కడ గోవులం బట్టం బనిచి యిక్కడ
మనము పసులం బట్టుట మత్స్యనగరంబున గౌంతేయు లున్నవా
రని శంకించి వారలు గూయి వచ్చినం గనుటకుం గాదె యిట్లు నిశ్చ
యించి చేసినపనికి నిపుడు విచారం బేల యని పలికి వెండియు
నిట్లనియె. 185

ఉ. అర్జునుఁ డైన నేమి సుర • లైనను నే మగు విద్విష[2]చ్ఛిరో
పార్జిత మైనగోధనముఁ • బట్టితి మెవ్వరు వచ్చి రేని వి
స్ఫూర్జితబాహుసంపదలు • సూపుద మొండొరు మీఱి నిర్మలా
త్యూర్జితకీర్తికారణర • ణోద్ధతి వెల్వెలఁబాఱ నేటికిన్. 186

చ. మనసుల సూఱుకొల్పి యను • మానము లెల్లను బాచి యేచి వా
హనములు నాయుధంబులును • నాయిత మయ్యెడుభంగిఁ జేయుచున్
మొనలకు హెచ్చుగా మనము • మున్న గడంగినఁ గాక శత్రులం
గనుఁగొని యిట్టు లొండొరు మొగంబులు సూచుచు [4]మున్నఁటోవునే

దుర్యోధనుఁడు ద్రోణాచార్యుల నధిక్షేపించుట

ఆ. హయముల హేషితములు • ననుకూలవాయుసం
వసియింపను చారములును మనకు • జయముకలిమిఁ

---

1. క. వచ్చుట 2. జ చ్ఛిదోపార్జిత మైనగోగణము. 3. జ. మెచ్చుగా.
4. క. నుండఁ బోలునే.

దెలుపుచున్నయవి యు • ధిష్ఠిరానుజుఁ డొక్కఁడుఁ
డీబలంబు గెలువ • నెట్లు నేర్చు.

క. ఎవ్వరు వినివను దీనికి
నవ్వుదు రని యెఱుఁగఁ దకట • నాయెదురెదురన్.
వివ్వచ్చుఁ జూపి సేనలు
గ్రొవ్వఱఁ బలుపలుకు లిట్లు • ద్రోణుఁడు వలికెన్. 189

తే. రోష మొందెను రాజ్యాభి • లాష మొందెఁ
గాక యీతనిరాకకుఁ • గారణంబు
పెఱ యెఱుంగమ యెదిరిని • బెద్దఁ జేసి
పూని వందివిధంబునఁ • బొగడనేల.

వ. ఆచార్యులైనవారలు కార్యంబు దప్పులం గనియెడువారుగాన కయ్యంబు
తెఱంగు వారల నడుగ వలవదు బుద్ధిమంతు లిండ్లకడనుండి భోజనా
వసరంబుల నాయుధ శ్రమసమయంబుల నీతిశాస్త్రగోష్ఠికాలంబుల
నుచితాలాపంబులు పలుకుదురు గానిపోట్లాడెడువారు గారు వారిం గల
నం గలసి నిలువ నీక పిఱింది దెస నిలిపినను నాకు వారువిజయంబు
గోరుచుండుట లెస్సయనిన విని యశ్వత్థామ యతని కిట్లనియె.

ఉ. కావలివారిఁ దోలి యెస • కంబున గోవులఁ [1]బట్టికొంటి నం
చీవెడమాట లేల ధర • ణీశ్వర యింతకు మున్న వీటికిం
[2]బోవవు శత్రునే పుడిపి • పోయెడువాఁడవు గావు నీవు పై
న్యావలి యైనఁ జేర్పడక • యాతల కెద్దుట లేదు నేనియున్. 192

1. గ, దెచ్చికొంటి. 2. గం. బోవవి.

క. సమరమున గెల్చి యొకరా
జ్యము గొనియును సుజనుఁ డిట్టు • [1]లాడఁడు సిరిజూ
దమునఁ గొని రజ్జు లేటికి
సమయం బరుదెంచెఁ దొంటి • చందము గలదే, 193

ఉ. పాండవవీరులం గలన • బాహుబలంబున నోర్చియే సము
ద్దండత నీవు దొల్లి ద్రుప • దక్షితిపాత్మజఁ గొల్వులోనికిం
దెం డని పుచ్చి తద్దెసకుఁ • దెచ్చుట సౌబలునీతిఁ గాదె యా
తండ మరల్చుఁగాక సము • దగ్రత వచ్చువిరోధి నిప్పుడున్.

వ. అబ్భంగి నవమానింపంబడినవాఁడుగావున ధార్తరాష్ట్రనికులధూమకేతు వగుకపికేతువు దోఁచె నీకు దుర్మదంబున ద్రోణాచార్యుల నధిక్షేపింప వచ్చు నంతియ కాక దేవదానవుల కయినను దుర్జయుం డగునర్జును కుం దలసూప వచ్చునే నయవిక్రమంబుల నతిలోకుం డగునతని నెవ్వరి కేనియుం బొగడ వలయు ననినం బుత్త్రనిర్విశేషుం డగునిజ ప్రియశిష్యుని నగ్గించుట గురునకుం గొఱంతయె యింత సిగ్గుమాలి రణంబు సేసెనేనియు ద్రోణుండ చేయుం గాని యే నిట్టిదాని కోర్వ నదియునుంగాక.

క. ప్రళయాంతకుండు బడబా
నలమును మృత్యువును నెదిరి • నం గొఱఁతవడన్
నిలిపినను నిలుపు మార్కొని
చెలఁగిన నరుశరము [2]లనవ • శేషము సేయున్.

ఆ. కుటిలబుద్ధు లిచటఁ • గొనవు నెట్టన ఘన
దోర్బలంబు మెఱసి • తోడరవలయు

1. జ. లాడునె. 2. చ. నిరవ • శేషము.

నతఁడు గాండీవమున • నడ్డసాళులుపై వఁ
[1]దురుల నంపవాన • గురియుఁ గాని.

క. విను మట్టులుగా కున్నం
దనగోవులవెనుక మత్స్య • ధరణీశుఁడు వ
చ్చిన మార్కొందుము నరుఁడే
పున పుట్టిన నతనిసొంతఁ • బోదుమె యధిపా.

వ. అనిన విని రాధేయుండు సక్రోధుం డై యోధవీరలోకంబు నాలోకించి

చ వడిగొని గోగణంబుఁ బోదు • వం బఱతెంచితి రెల్లవారు ము
న్నాడఁబడి పాండునందనుల • యున్నెడ యిమ్మెయిఁ గాన వేఁడి యి
ప్పుడు నరుఁ గాంచి మీరతని • పోటు నుతించుచు భీతి [2]నిట్లు వా
విడిచి యనేకభంగిఁ బృథి • వీపతి వీటఁడిఁ దేయు బొప్పునే.

ఉ. వెఱచితిరేని విల్లుఁ డొక • వీరున కొక్కఁడ చాలుఁ గాక యెం
దఱు వలయుం గపిధ్వజము • దవ్వుల వ్రేల్మిడిఁ ద్రుంచివైచెదం
బఱపెదఁ దత్పిశాచముల • భగ్నము సేసెదఁ దేరు సారథిన్
నెఱఁకులు నొంచెదం బొదులు • నించెద నర్జునుగాత్రశాలలోన్

శా. జ్యాఘోషం బతిభీషణం బయి దిశా • చక్రంబు నిండన్ శర
వ్యాఘాతంబున శాత్రవుండు వికల • స్వాంతుండు గా నారద
శ్లాఘాపాత్రము నై యనర్గళభుజా • సంరంభతన్ రౌద్రరే
ఘాఘోరాకృతి యేన [3]చూపెద నశం • కం జూడుఁడీ యేర్పడన్.

---

1. క. ధీరుల. 2. విల్లు వో విడిచి. 3. క చూపెదను జక్కం.

క. క్రోధజ్వాలలు నిగుడ వి
రోధిబలేంధనముఁ బొదువ • క్రూరతమై దు
స్సాధ మగునర్జునాగ్నిని
సాధించెద నేన పూని • శరవర్షమునన్. 203

వ. పాండవమధ్యముండు పదుమూఁడువత్సరంబులు పూఁచి పట్టికయ్యంబు నకువచ్చె నతనిలావును ధీరంబును లోకంబునకు నెక్కి యున్నయవి యేనును గురుసేన యందు శక్తిశౌర్యంబులు గలవాఁడనపోలె వర్తించెదం గావున నేమిరువురము నొండొరులకు బాహుబలవిలాసంబును విక్రమక్రీడాకౌశలంబును బ్రకటించుట యుచితంబు గాదె యని వెండియు నిట్లనియె.

సీ. అనుదినంబును నంత • కంతకుఁ బెరిఁగెడి
యధిపతిమన్నన • యప్పు దీర్ప
నర్జును నోర్చెద • ననిలోన నే నని
యతనితోఁ బలికిన • ప్రతిన నెఱపఁ
గర్ణార్జునులయందు • ఘనుదెవ్వఁడగునొక్కొ
యనుజనంబులసంది • యంబుమాన్ప
జమదగ్నిసుతకృపా • శ్రయమునఁ బడసిన
విలువిద్యకలరూపు • వెలయఁ జేయఁ

ఆ. గనుట నేఁడు పుణ్య • దిన మయ్యె నాకు మీ
[1]కెల్లఁబోరు సూడ • విష్టమేనిఁ
జూడుఁ డట్లుగాక • వేడుక లేదేని
నంతనమునఁ బసుల • జాడఁ బొండు. 204

1. చ. కేల బోరు.

వ. అనిన నమ్మాటలు విని కృపాచార్యుం డతని కిట్లనియె. 206

ఆ. కయ్యముక యెపుడుఁ • గాలుద్రవ్వుదు కార్య
గతికిఁ బౌరవునీతి • యుతులు సమర
[1]హత మసాధనముగ • నాడుదు రర్థసం
సిద్ధిఁ బొందు తెఱఁగు • సేయునెడల. 207

క. అగు దేశకాలబలయుత
ముగఁ జేసినపోర నర్థ • ములు మోఱకు లై
తెగఁబాటి తమ్ము నెదిరిని
నగవక తొడరుటలఁ గీడు • వర్తిల్లుఁ దుదిన్. 208

వ. అక్కిరీటి యొక్కరుండ కాఁడె యని తలంతుమేని. 209

సీ. శక్రాదిసురులతో • సంగ్రామ మొనరించి
ఖాండవం బేర్చెనొ • క్కరుఁడ కాఁడె
యాదవబల మెల్ల • నాఁగఁ ద్రోచి సుభద్రఁ
గడిమిమైఁ దెచ్చెనొ • క్కరుఁడకాఁడె
దిగ్విజయంబునఁ • దేజంబు సేసె ని
క్కురువంశమునకు నొ • క్కరుఁడ కాఁడె
బలముతో గంధర్వ • పతి నోర్చి విడిపించెఁ
గౌరవేశ్వరుని నొ • క్కరుఁడ కాఁడె

ఆ. యవి నివాతకవచు • లనుదానవుల నాతఁ
డొక్కరుండ కాఁడె • యుక్కు [2]మడఁచె

---

1. గ. ఘ. మథమసాధన. 2. గ. ఖ. మడిచె.

నమరులకు నజేయు • లగుకాలకేయుల
నొక్కరుండ కాఁడె • యొడిచెఁ గర్ణ.

క. భూవరు లెల్లను నొక్కట
ద్రోవదికై తొడరి యతని • తోఁ బెనఁగి కడుం
జేవ చెడి పోవునప్పుడు
నీ వచ్చటఁగలవొ లేవొ • నిక్కము సెపుమా. 211

శా. కుంతీనందను లొక్కఁడొక్కఁడ రిపు • క్షోభంబు సంధిల్ల దు
ర్దాంతస్వైరపరాక్రమంబులు మహో • త్సాహంబునం జేసి ర
త్యంతోదగ్రతఁ బల్కె దీ విచట నా • హా శక్తి యిమ్మేదినీ
కాంతుం డియ్యకొనంగ[1] బూనితి వృథా • గర్వంబు నీ కేటికిన్.

తే. ఏచి మున్నీరు సేయీఁత • నీఁద నగ్ని
నుఱక వాసుకికోఱలు • పెఱుకఁ గడఁగి
వట్లుగాదె రాధేయ నీ • వర్జునునకుఁ
బోర నెక్కటి మార్కొనఁ • బూను టరయ.

క. బలుగాలిఁ బేర్చుదావా
నల మొక్కరుఁ డార్పఁ బోయి • నను దీఱునె నీ
చల మడుగు సాహసమునం
గలదే మే లెట్లు నధిపుఁ • గావఁగ వలదే. 214

తే. కురువిభుండును భీష్ముండు • గురుఁడు గురుత
నూభవుండును నీవునే • నును గడంగి
కూడుకొని తాఁకుదముగాక • క్రీడితోడ
నొంటిమార్కొనవశమె ము • క్కంటికైన.

---

1. క. జూపితి. గ. జెప్పితి.

—• కర్ణుఁడు కృపాచార్యు నధిక్షేపించి పలుకుట •—

క. అని పలికిన సంరంభం
బున నినసుతుఁ డిట్టు లను రి • పులయెడఁ జిత్తం
బున నీవు ప్రియము గలుగుటఁ
గనికని నినుఁ దోడు పిలువఁ • గాఁ బతి బేలే.

క. ఏలినవానిధనంబులు
వాలురు బంధువులుఁ దారు • బ్రదికినదినముల్
1 ప్రేలారిచి తింద్రాతని
యోలము గని పిదప భీతి • నొదుఁగుదురా జిన్. 27

క. జన్నములు పేయునెడఁ బ
క్వాన్నంబులు గుడుచు 2 చుండు • మధిపతి నిన్నుఁ.
జన్నియ విడిచె రణముతఱి
మిన్నక కినువడక పొమ్ము • మీగృహమునకుఁ.

తే. ఏను విల్లందుకొనిన నీ • రేడుభువన
ములును వడవడవడఁకునా • యలఘుబాహు
బలముఁ దలపక పలికితి • పార్థుఁ డనఁగ
నెంతవాఁ డొక్కరథికున • కింత యేల.

వ. అనియె ని త్తెఱంగున నందఱుఁ బలుకుపలుకు లెల్ల వినుచు గాంగేయుండు కౌరవేశ్వరు నుద్దేశించి ధర్మార్థసంగతంబును సువిహితంబును గానిట్లను ద్రోణాచార్యుండు నీతిపథంబునం బలికెనాచార్యతనయు

---

1. క. ప్రేలడఁచె తిందు రాతని: గ. మేలను చుఁ దిందు రాతని: ఙ. మే లని కాని తింద్రాతని. 2. ఘ. చుండ నధిపతి

వచనంబు లుచితంబులు కృపాచార్యుండాడినచందంబును దెఱంగు వడి యున్నయది మన్నన గలమానిసి యగుట నంగరాజునకు సంగరపాటవంబుమాటలు దగుం గాక మాన్యుల నధఃకరింప దగునే యని వెండియు.

ఆ. నేల ప్రౌద్దెఱింగి • చాలుమానిసి రణో
ద్యమ మొనర్చి కాక • తగినవారి
చెవికిఁ జేఁదు గాఁగ • నవమానవాక్యంబు
లుడుగ కిట్లు వలుకు • టొప్పు నెట్లు.

క. ధీరము లావును [1]మిగులఁగ
వైరులు [2]దఱి యైనఁ దొడర • వచ్చినచోటన్.
దూరమున వెరవుతోడివి
చారము గలుగు టిది దగదె • [3]సద్బుద్ధులకున్. 222

ఆ. అరులగుణములైన • నగ్గింతు రెప్పుడుఁ
[4]గలయ బెరసినపుడు • గలితనంబు
మెఱయుదురు మహాత్ము • లెఱుఁగఁడు తుదిమొద
లెట్టివారి నితఁడు • బెట్టుపలుకు.

వ. ఆచార్యులైనవారలు పూజావాక్యంబుల కర్హులు గాక గర్హించుటకు విషయంబెయనుచుఁ గృపాశ్వత్థామలకరంబులకు నిజపాణిపుటంబులుసాఁచి యిట్లనుఁ బని సాలినంత గలదు వివ్వచ్చుండు వచ్చుచున్నవాఁడు విరోధంబునకు సమయంబుగాదు మన మందఱముం గూడికొని కయ్యంబు సేయుదము బలవద్వ్యసనంబునందు భేదంబు గలుగుటొప్ప దని

1. క. జ. గలిగెడు. 2. క. పో టొడ్డి. 3. క. సద్భటులకునున్.
4. జ. గలవి.

బుధులు సెప్పుదురు వేదంబు లొక్కవలనను ధనుర్వేదం బొక్క వల
నను గలమీయట్టిమహానుభావు లెందునుం గలరె కురుబలంబున కొకటి
పుట్టినం బ్రసిద్ధులరు గావున నది మీతలన నిలుచు నట్లగుటం జేసి.

క. క్షమియింప వలయు నొకఁ డెఱుఁ
గమి నెమే నన్న నంతఁ • గటకటఁ బడ భూ
రమణుని కార్యస్థితి చి
త్తముల దెడ సేయునట్టి • తరమే [1]మీరల్ 225

వ. అనిన విని వార లి ట్లనిరి. 226

క. క్షమియింప నెవ్వరము భూ
రమణుని కార్యమున టవ్వ • రము ద్రోణులచి
త్తము శాంతి వొందఁజేయుట
మముఁ దెలుచుట యిట్టులేల • మాకొలఁదులకున్.

వ. అనిన విని గాంగేయకర్ణులం గూర్చికొని కురుపతి గురునిం బ్రార్థించి
యశ్వత్థామను వేఁడికొని కృపాచార్యులందేర్చినం బ్రసన్నుం డయి
యోధవీరులం గలయంగనుంగొని ద్రోణాచార్యుం డి ట్లనియె. 228

తే. అలుక భీష్మునిపలుకుల • యపుడ పోయె
మీఁది కార్యంబు వపుఁడు • మీర లింక
మోహసాహసములఁగురు • ముఖ్య దెసకుఁ
గీడురాకుండఁ దగఁ బరి • కింపవలయు.

క. వాసవనందనుఁ డెంతయు
గాసిలి యున్నాఁడు మనలఁ • గలి యించుకయుం

1. క. గ. మీకును.

దా సైరణ సేయఁడు గను
మోసము లేకొక్క మొగిన • మునరఁగవలయున్.

వ. అప్పుడు కురుపతి సమయకాలవిషయంబుగా నాడినమాటయుం గలదు దాని నిరూపించి యున్నరూపు గాంగేయుండు చెప్ప నర్హుఁడనిన నతండు దుర్యోధనున కిట్లనియె. 231

—• భీష్ముఁ డర్జునునజ్ఞాతవాసత్సరవ్యాప్తి నిష్కర్షించుట •—

సీ. రెండయేఁట నొ • క్కం డధిమాస మి
ట్లెక్కినయన్నెల • నిల్లఁ గూర్చి
కొనఁ బదుమూఁడు హా • యనములు దప్పక
నిన్నటితోడన • నిండె నింక
యెఱిఁగియ తమపూన్కి • యెల్లనుదీర్చితి
మని పొడసూపె న • ర్జునుఁడు నేఁడు
పాండుపుత్త్రులు ధర్మ • పరులు ధర్మాత్మజుం
డేరి కధిష్ఠాత • వారు ధర్మ

తే. పథము దప్పుదు రే యన్ని • పాటు లట్లు
పడినవారలు దఱియంగఁ • బాఱ నేర్తు
రెట్లు దమకించి నీతివి • హీనవృత్తిఁ
దమకు నొకకీడు వచ్చుని • ధంబు గాఁగ. 232

ఉ. అట్టిద యైన నాఁడ తఱి • యంబడి మూర్ఖతనంబు సేయరే
నెట్టన ధర్మపాశముల • నిల్చిరి కాలము వేచి యుండి రిం
కెట్టును వారు గొంత తమ • యే డ్తెఱ సూపక మాన నేర్తురే
ముట్టఁగ వచ్చి రేని మన • ముం దగ నోర్తుముగాక దానికిన్.

ఉ. వచ్చినఁవాడు ఫల్గునుఁ డ • వశ్యము గెల్తు మనంగ రాదు రా
లచ్చికినై పెనంగినబ • లంబులు రెండును గెల్వ నేర్చునే
హెచ్చుగుఁ గుం దగుం దొడరు • పెల్లవిధంబుల [1]కోర్చు టట్లు గా
కిచ్చుఁ దలంచి యొక్కమెయి • నిత్తఱిఁ బొం దగుచేఁతయుం దగున్

వ. అనిన విని కురుపతి దరహసితవదనుం డగుచు ని ట్లనియె.

ఆ. మనకుఁ బాండురాజ • తనయవర్గమునకు
నెట్లు పొందు గలుగు • నేమ రాజ్య
భాగ మీను సమర • భంగిక విక్రమ
విరతిఁ బూను టిదియ • నిశ్చయంబు. 236

వ. అనిన నయ్యిరువురవచనంబు లాకర్ణించి గురుం డిట్లనుఁ గార్యగతియును గయ్యంబు భంగియు భూపతికంటె మిగులం గనియెడువారు లేరయినను నాయెఱింగిన యంత నొక్కటెఱంగు సెప్పెద నీబలంబున నాలవపాలు గొని మహీపాలుండు సత్వరంబుగా ముందఱఁ బోవవలయు నంతియ సేన తదనంతరంబ కదుపులం బొదివికొని చన వలయుఁ దక్కటిసగంబుతో మనము నిలిచి మోహరించి యల్లనల్లనరుగ వలయుఁ గవ్వడి యెయ్యెడం గవిసె నయ్యెడన తలపడ వలయు నిట్లైన మానవేశ్వరుండు సురక్షితంబుగా నందడింబడక నడచు గోవులు [2]విన్నేలం గడచు మనమును ధనంజయునకుం జాలినయప్పుడ యట దోడుపడ నెవ్వరు గలిగినను వారికిం [3]జాలి నిలుత మనిన విని సురనదీసూనుండు దానికియ్యకొని రాజన్యునకు సైన్యంబుఁ బంచి యిచ్చిపుచ్చి పసులకుం దోడగుభాగంబు

1. క. గ. చ. ఙ. కోర్చుటట్లుగా కిచ్చుఁ; ఖ. ఘ. కోర్పునట్లుగా విచ్చుఁ.
2. ఘ. విన్నేలవు. 3. గ. జాలుద–జాలితి–జాలింత–మనిన.

నుం బంచి యున్నంత పట్టుచతురంగంబుల నియతి సేసికొని యాచా ర్యుండు వలపటను నాచార్యపుత్త్రుండు దాపటం గర్ణుండు ముందట వికర్ణ దుశ్శాసన శకుని సైంధవ సోమదత్త బాహ్లిక భూరిశ్రవః ప్రభృతియోధవీరు లెల్ల నెడనెడం గలయ నిలుచునట్లుగా మోహరించి మహోత్సాహంబున సన్నాహ సౌందర్యంబు నొంది తాలధ్వజం బెత్తించి మెఱసి తాను వెనుకయయి నడపించుచుండె నట్టిసమయంబున.

చ. అరుదుగ నిట్టి లొక్కనికి • నంతబలంబునకున్ మహోగ్రసం
గర మగుడుఁ మనం బతుల • కౌతుక మొంది కనుంగొనన్ సురే
శ్వరుఁడు సుదర్శనం బనఁ బ్ర • శంసకు నెక్కువిమానమెక్కి యం
బరగతి వచ్చె దేవముని • పంక్తులు సిద్ధగణంబుఁ గొల్వఁగాన్. 238

వ. అద్దివ్యయానరత్నంబునందు. 239

తే. స్వర్గమున నున్నరాజులు • చక్రవర్తు
లును యథోచితచ్ఛత్త్రంబు • లును విజార్వ.
చామరంబులఁ జెలువొందఁ • జారులీలఁ
గొలిచియుండిరి వేడ్కలు • గొనలునిగుడ. 240

క. పాండుమహీపాలుం డా
ఖండలుచేరువన పెద్ద • గద్దియ నమరీ
మండలి విచోపు లిడఁగ
నుండి కనుంగొనుచు నుండె • నుజ్జ్వలభంగిన్. 241

వ. అంత. 242

సీ. దేవదత్తాభీల • రావంబు పెసఁ గర్ణ
ములు దీటుకొన లేట • మొగము వడుచు

రథనేమిదళితధ • రాధూళి యంగంబు
లెల్లఁ గప్పఁగ వెలు • వెల్ల నగుచు
బహుళకపిధ్వజ • ప్రభలు లోచనములు
మిఱుమిట్లు గొనఁ బర్వ • మెండుకొనుచు
నుద్భటాకారస • ముద్ధతి మనము లు
త్తలపడఁ దోఁపంగఁ • దల్లడిలుచు

తే. నడచుకౌరవరాజసై • న్యంబుఁ గదిసెఁ
దీఁగ దిగిచినగతిఁ దన • తేరు మెఱయ
రయముమైఁ జని ప్రళయభై • రవసహస్ర
[1]గర్జనోదగ్రగర్జనుఁ • డర్జునుండు. 243

వ. ఇవ్విధంబునఁ గురుబలంబులఁ గ్రోశమాత్రంబునం గూడ ముట్టి క్రీడి తల యెత్తి చూచి యుత్తరున కిట్లనియె. 244

చ. ఇది యొక పెద్దగట్టిమొన • యీమొనముందట గోగణంబుతో
నదె యొకయల్పసైన్య[2]మట • యాతల వేఱొకకొంతసేన యు
ల్లదె యిటు పంచి పెట్టఁ [3]జను • నంతటిలోన వృథాభిమానదు
ర్మదబహుభాషి యైనకురు • రాజెచటం జనుచున్నవాఁడొకో. 245

క. అరయుదము గాని యిమ్మో
హరమునకును డాపలించి • యరదముఁ బోని
మ్మురవడి నతనిక యుఱికెద
నరుదుగ నెబ్బంగి నెవ్వ • రడ్డం బైనన్. 246

---

1. చ. గర్జనోగ్రతర్జనుఁ డగు • నర్జునుండు. 2 గ. మట • యావల
3. గ. 'జనె • నన్నిటిలోన.

ఉ. అతఁడు సిక్కెనేని బల • మంతయు విచ్చు పరల్ప వచ్చు గో
వ్రాతము వట్ల యైన [1] సుక • రంబుగ నంతట నెల్లఁ దీఱు నీ
యాతత సేనయం దతని • నారసి కానక యున్న వీరి ని
ట్లీతల డించి యాకదుపు • నెయ్యఁగఁ బోదముగాక వ్రేల్మిడిన్. 247

క. విచ్చి చనకుండఁ బసులం
దెచ్చుట మునుమున్న వలయు • తెఱఁ గావనికిం
జొచ్చి యది చక్కఁబెట్టఁగ
నచ్చోటన దాయ మనకు • వగపడెడు బలే. 248

క. అనిన విని యుత్తరుం డ
మ్మొనవలపటఁ బెట్టి యరద • మును బోవ గ ని
చ్చిన సరస కరిగి కవ్వడి
కను విచ్చి బలంబు నెల్లఁ • గలయఁగఁ జూచెన్. 249

వ. ఇట్లు గలయం గనుంగొని మధ్యదక్షిణవామాగ్రపశ్చిమోత్తరభాగంబుల నిట్టిట్టి వారలు నడచుచున్నవా రని సారథితో నేర్పడం బలికి వీరలలో నురగకేతనుండు లేఁ డతండు గోవులం గొనిపోవ నోపు [2]నిరామిషంబై నయీసేనతో నని సేయం బనిలేదు వీరలెయ్యది యడ్డపడి తడవు సేయకుండునట్లుగా ముట్టికొని పసులం బెట్టించి దొరయును [3]నెల గడవం బోవక యుండఁ బొదువ వలయు నని చెప్పి యతని నద్దెసకుఁ దేరు వఱపం బనిచి గురుకృపగాంగేయులకుఁ జరణసమీపస్థలంబులం బడ రెండును గర్ణాభ్యర్ణప్రదేశంబులం జన రెండునుగా నాలుగేసి

1 చ. సుక • రం బగు. 2 గ. నిరామిషయైన.

3. 'నెల' అని పెక్కుప్రతుల లేదు.

యమ్ము లేసిన నాసవ్యసాచిం జూచి యాచార్యుండు పరిసరవర్తు లగు
నాప్తజనంబులతో నల్లన యర్జునుం డింత యొప్పియుండునే యని
యగ్గించి వెండియు. 250

— ద్రోణాచార్యుఁ డర్జునుం జూచి ప్రశంసించుట —

మ. విలసద్గాండివచాలనోద్ధతి కన • ద్విద్యుల్లతా లీలగా
వలఘుస్ఫారశరపిధ్వజధ్వని సము • ద్యద్గర్జచందంబుగా
జలదాకారత నొందెఁ దే రితఁడు ప • ర్జన్యాకృతిం బొల్చె దో
ర్బలతీవ్రారినిదాఘదుర్విషహగ • ర్వస్ఫూర్తి [1]విర్యార్తిగాఁ. 251

వ. ఇప్పుడు నాకుఁ బ్రణామంబులుగాఁ బాదంబులమొదలం బడ రెం
డమ్ములేసిపెద్దకాలం బేనిఁ బాసి యున్నవాఁడు గావునఁ గుశలప్రశ్నం
బుగాఁ జెవులు సోఁకి యంజోఁకములుగా రెం డమ్ము లేసె నని పలికి
వెండియు ని ట్లనియె. 252

క. ఇడుమలఁ బడుమూఁ డేండ్లుం
బడి కడుఁ గోపించి వచ్చె • బలువిడి నీశ
వ్వాడిఁ దఱియ నుఱికి వడి ని
ప్పుడ [2]యిమ్ముఖుఁ ద్రోవు నెల్లఁ • బొరిగొనెడు బలే. 253

తే. విపినవాసంబు నజ్ఞాత • [3]విధమువర్త
నంబు గడపి నవాభ్యుద • యంబు నొంది
రాత్రిఁ బుచ్చి తోతెంచుమా • ర్తాండుమాడ్కిఁ
జూడ నుజ్జ్వలుం డగుచు న • ర్జునుఁడు వొలిచె 254

---

1 క. మమ్మార్తిరియై. 2 గ. యుమ్ముఖుఁ బ్రోవు. 3. వివిధవర్తనంబు.

వ. అనియెఁ గృపాచార్యభీష్ములు పార్థబాణపాతప్రకారంబులు ప్రణామ
కుశలప్రశ్నంబులుగా నంతరంగంబులం గనికొని సంతసిల్లిరి ధనంజ
యుండును దక్కినవారికి దుర్నిరీక్ష్యుం డగుచు సమ్మోహరంబుదెస
ననాదరంబు సేసి గోవులపజ్జం బోవుచుండె నతనిం జూచి సురనదీ
సూనుండు కురువీరులతో ని ట్లనియె. 255

క. చిరకాలమునకు గంటిమి
నరు నక్కట వీఁడు సజ్జ • నప్రియుఁడు సుహృ
త్పరతంత్రుఁడు బాంధవహితుఁ
డరిభీకరుఁ డిట్టివార • లవనిం గలరే. 256

క. మనచూడ్కికి వ్రేఁ గయి యీ
తనియతులితమూర్తియత్యు • దాత్తతఁ గడు నొ
ప్పినయది గంటె జగ మె
ల్లను నేలఁగఁ దగుసముజ్జ్వ • లత యూహింపన్. 257

క. వెనుకదెస వచ్చి కదిసియుఁ
దనరథము దొలంగనిచ్చి • తఱియఁబడుట కొ
ల్లనితలఁపు గలిగి క్రేఁగం
టన మనలం జూచుచుం గ • దని యట నడచెన్. 258

క. మొనఁ గలయఁ జూచి యూరక
చను టధిపతి వరసి తా ని • చటఁ గానక యా
తనిపజ్జ నరుగుతెఱఁ గగు
ననుమానము లేదు క్రోధ • మగ్గలము మదిన్. 259

---

1. గ. నొంటిఁ జాలఁ దవి.

చ. మనకుఁ గౌరవేంద్రునకు మధ్యముఁ జొచ్చెనయేని నాతఁ డ
ర్జునునకు ¹నొంటి పాలఁ డని • రుద్రుఁడు నెక్కటి మార్కొనంగ లేఁ
డనిన నొరుండు శక్తుఁడె ర యంబు మెయిన్ మన మెల్ల నిప్పు డా
తనికడ సేరఁగా జనుట • తప్పినఁ గార్యము దప్పు నెంతయున్.

ఆ. వాసవాత్మజుండు • వసుధేశనందను
ముట్టికొనిన నొకటి • పుట్టనేని
మన ప్రయోజనంబు • మఱియేమిపను లవి
యేటి కొండుధనము • లెల్ల నేల. 261

వ. అని పలికి బలంబుఁ బురికొల్పికొని యతండు రాజరక్షణతత్పరత్వం
బున నరదంబు సత్వరంబు సేసిన సేనాపతిం గని సైనికనికాయంబులుం
గడఁగి చనం దొడంగె నిప్పాట నమ్మేటి మెఱయును వెసం బోవ గోవుల
కావలిమూఁకయు వానిం దఱిమికొని యతిరయంబున నరుగం దానును
²గెలనఁ గ్రోశద్వయమాత్రంబు నడచి పురుహూత పుత్త్రుం డుత్త
రున కిట్లనియె. 262

మ. ఇదె గోవర్గము పేరవచ్చితిమి ఘో • నిం కేల సైన్యంబులుం
గదియన్ వే చనుదెంచె రెంటినడుముం • గాఁ జొచ్చి యీవచ్చును
న్మద వీరావలికిన్ భుజావిభవవి • న్యాసంబు గాన్పించి మా
న్పెద గర్వంబు మరల్పెదం బసుల నా • చేఁ జిక్కె దా జెమ్మెయిన్.

—• యుద్ధారంభము •—

క. అనుటయు విరాటతనయుఁడు
మొన కడ్డముగాఁగఁ దూర్పు • మొగమై రథముం

1. గ నొంటిఁ జాలఁ డని. 2. గ. గెలపట, ఙ. గెలనివట్ల.

గొని కట్టెదిరికి బోయినఁ
దనమూఁపులు రెండు నపుడు • దలకుం గడవన్. 264

వ. తేరు సమ్ముఖంబు సేయించి పేరువాడి క్రీడి కరతలం బెత్తినిలునిలు
మని యదల్చిన ఘోషంబుతోడన వెడలునిశితశరపరంపరలదట్టంపుఁ
బఱపునవంబరంబు నీరంధ్రంబగుటయుఁ దదంధకారంబును భయతిమి
రంబునుం గవిసి గుండియ లవిసి కురుబలంబు లెదుఱ నడవను
మరలం బఱవను మఱచి వెఱచఱచి హరితనయహస్తలాఘవప్రశస్తి
దక్కం దక్కినచేష్టలు తక్కియుండె నతండు గోవులవెనుకం బోవు
నల్పబలంబు బెదరి తూర్పుదెసకుం జెదరునట్లుగా నరదంబుఁ బఱపించి
తెఱపిసూపి [1]వెలిచీర సారించి దేవదత్తంబు పూరించినం గేతుకపి
గర్జిల్లం దదీయభూతంబులార్వ మౌర్వీరవంబును రథనేమినినదంబును
బ్రతిపతాకినీతుములంబును గగనంబునం బొఁగడునమరులయెలుంగులును
నొక్కటఁ జెలంగ సముదితసాంద్రసంరావంబు రోదసీకుహరంబు
నిండిన నొండొండ [2]పట్టలెత్తికొని నేల మట్టవియుచు నద్రువం
బసులు వెసం దిరిగి మన్ను పివ్వచ్చుండు వచ్చినజాడ గైకొని దక్షిణ
దిశకుఁ [3]గెరలువాఁడుచుం దెరలం బాఱిన. 265

క. గోవులతోఁ బొదువంబడి
పోవుచు నున్నట్టి గోప • పుంజంబు తదీ
యావసరంబున సరభస
మై వానిపిఱుందఁ దిరిగి • యమ్మెయిఁ బఱచెన్. 266

---

1 గ. విలునారి. 2 జ. మంట.

3 క. దెరలుపొడుచుచు, ఖ గ ఘ జ ట. జెరలువాఁడుచుచు,
చ. జీఱలువాఁడుచుచు.

ఆ. అప్పు డర్జునుండు • దప్పక చూచి యీ
బలము పసుల కడ్డ • పడక యుండ
నెడసొరంగవలయు • నిట యెద్దుకొను మని
పనిచె మత్స్యభూమి • పాలుసుతుని. 267

క. పనిచిన నాతఁడు నమ్మయి
జన నిచ్చె రథంబు గోప • సంఘముఁ దిర మై
కొనిపొందు పసులనోడక
యన్ని[1] తానెలుఁగించి వీటి • కై నూల్కొలిపెన్. 268

వ. అట్టి సమయంబున. 269

క. కరితురగసమితి [2]గార్కొని
కురువీరులమొనలు మొగులు • కొమరునఁ గవియన్
శరవేగంబున నరుఁ డు
ద్ధరమారుతచండభంగి • దోఁప దెరల్చెన్. 270

క. కదిసిన బలములు విచ్చినఁ
గదుపులఁ జెదరంగనీక • గాండీవి వెనం
బొదివి యట కడపె నవియును
గొదగొని తమపొలము సొచ్చె • గోపాలురతోన్. 271

వ. అవి చెప్పిన విస్మయంబు నొంది 272

ఆ. పసులు వట్టువడిన • పదపడి నరుఁ డెద్ది
యాచరించెఁ గౌర • వాధినాథుఁ

---

1. గ. తానెలుఁగిచ్చి, 2 గ. గార్కొని. కురువీరుల మొగులగముల • కొమరున, జ. గూర్కొని కురువీరులు మొగులు గవియు • కొమరున.

డేమి సేసె బలము • లెట్లయ్యె భీష్మాది
వీరు లెవ్విధంబు • వార లైరి. 273

వ. అనవుడు. 274

మ. నవతాదూర పురాణతానుపగతా • నానాత్వ[1]సంశోభితా
వివిధత్వావగమోజ్జ్వలా బహుకళా • విద్యావశాలీ సము
ద్భవరాహిత్యనిరూఢ సూక్ష్మతర[2]సం • భాసా మహాస్థూలమూ
ర్తివిశేషా నిరుపాధికా గుణమయా • [3]ధీవర్తకా నిష్క్రియా. 275

క. అంతఃకరణచతుష్టయ
శాంతిసముద్యద్వివేక • సంపద్వేద్యా
చింతాతంతుత్రుటనా
త్యంతవిదగ్ధైకభజన • తత్పరహృద్యా. 276

మాలిని. ప్రణమదవనవిద్యా • ప్రౌఢిసంరూఢకాంతి
ప్రణుతచరణపద్మా • పద్మజాదిత్యసత్పో
షణచతురదయావి • స్ఫారితాలోక లోకా
పణనిపుణజనాంచ • ద్భక్తివిక్రీతమూర్తీ. 277

గద్యము. ఇది శ్రీమదుభయకవిమిత్త్ర కొమ్మనామాత్యపుత్త్ర బుధారాధన
విరాజి తిక్కనసోమయాజిప్రణీతం బయిన శ్రీమహాభారతం
బునవిరాటపర్వంబునందుఁ జతుర్థాశ్వాసము.

---

1. గ. సంబోధితా. 2 జ. సం • భాషా, చ. సంభావా. 3. నిర్వర్తకా.

శ్రీ

హరిహరనాథాయ నమః

శ్రీమదాంధ్రమహాభారతము

విరాటపర్వము–పంచమాశ్వాసము

—:o:—

శ్రీసంపాదనచాతు
ర్యాసేవ్యపదారవింద ! యౌగికవిద్యో
[1]ద్భాసితమతిమూర్తిమయా
వ్యాససమానైకరూప ! హరిహరనాథా. 1

—: అర్జునుఁ డుత్తరునకుఁ గౌరవవీరుల వేఱువేఱ నిరూపించి చెప్పుట :—

వ. దేవా వైశంపాయనుండు జనమేజయున కిట్లనియె నవ్విధంబున విరోధి వర్గంబుఁ దక్కి వెక్కసపడి చూచుచుండ నిరర్గళభుజార్గళసంరంభ విజృంభణంబు శోభిల్లఁ బసులంబెట్టించి యవతిదూరవర్తియగు కౌరవ చక్రవర్తిదెసంగనుంగొని ధనంజయుండు భూమింజయు నక్కడఁ దేరు వలపం బనుప నప్పళించునప్పుడు కురువీరులుగూడుకొనిమూఁడు వేలరథంబులతోడను గాంగేయకర్ణులొక్కొక్కరుండు వేయింటితోడను దలకడచి రాజున కడ్డపడి కవ్వడిదిక్కు మొగంబుగాఁ దిరిగి రట్టియెడఁ గదుపులు పట్టువడుటకు నిట్టూర్పు నిగిడించుచు మగిడి మనుజపతియు ననుజసహితుండై సహస్ర స్యందనంబులతోడ వెన్నుదన్ని నిలిచె

---

1. క గ జ. ద్భాసితమూర్తిమయా–సం–శ్రీ–సద్–వ్యాసమానైకరూపః
ఖ ఘ. ద్భాసిత–మతి–గుణ–మూర్తిమయా–వ్యాససమానైకరూపః

భారత గ్రంథమాల — సం. ౮
గుంటూరు - 1

శ్రీమదాంధ్రమహాభారతము

విరాటపర్వము

మధ్వశ్రీ పల్లెపూర్ణ ప్రజ్ఞాచార్య విరచిత

లఘు టీకా వ్యాకరణవిశేష సహితము

ప్రకాశకుడు
చతుర్వేదుల పార్థసారథి
గుంటూరు

గుంటూరు లతా ప్రింటింగ్ అండ్ బైండింగ్ వర్క్సునందు
ముద్రింపబడినది

1972

చందాదార్లకు రు. 5-00 — ఇతరులకు రు. 7-00

క. శస్త్రప్రకారనిపుణుం
డస్త్రవిదుఁడు దూరపాత • నాభీలుఁడు వ
ర్చస్త్రాసితరిపుఁడు ధను
శ్శాస్త్రపరిజ్ఞానఘనుఁ డ • సదృశుఁడు శక్తిన్. 6

ఉ. ఈతనితోడికయ్యమున • కియ్యకొనం దగ దేను దుష్పథ
¹ద్యూతజయోద్ధతుం డగుసు • యోధనునిం బరిమార్పఁ బోవుచో
శాతశరోత్కరం బితఁడు • చక్కఁగ నేయునొ నమ్మ నేయఁడో
చూతము యన ము న్ననికిఁ • జొచ్చివఁ జొత్తముగాక పిమ్మటన్. 7

క. గురుపుత్త్రుఁడు తేజోనిధి
సురాసురులకైనఁ దేఱి • చూడ నరిది సం
గరమున ²నీతని నీశ్వర
వరజనితుఁడు మేటి కౌర • వవ్యూహమునన్, 8

క. ధైర్యధనుఁ డితఁడు ద్రోణా
చార్యుల కెనవచ్చుదిష్య • శరవిదుఁడు కృపా
చార్యుఁడు మత్పితృసఖుఁ డా
చార్యక మొనరించె మాకు • శైశవముతలిన్. 9

తే. వీర లిరువురు మాన్యులు • వీరితోడి
కయ్యమున కిద్దు మన మంత • గాలుద్రవ్వ
వలవ దెచ్చోట నెదురుగా • మెలఁగి రచట
మనరథం బల్లనల్లన • చన గ నిమ్ము. 10

శా. యోధాగ్రేసరుఁ డిద్ధతేజుఁడు రణో • ద్యోగానురక్తుండు దు
స్పాధప్రక్రమబాహువీర్యుఁడు గురు • క్ష్మాపాలవాల్లభ్యల

---

1 క. జయోన్నతుం డగు 2 గ. నీతం డీశ్వర.

క్ష్మీధామాత్ముఁడు జామదగ్న్యకలిత • శ్రేష్ఠాస్త్రవిద్యాఢ్యుఁ డీ
రాధేయుం డొకచీరికిం గొనఁడు వీ • రవ్రాతముం దోరులన్. 11

క. శౌర్యాటోపంబున దో
ర్వీర్యంబున నస్త్రశస్త్ర • విత్త్వమునను మా
త్సర్యంబు సేయు నాకును
దుర్యోధనుఁ డెపుడుఁ దన్నె • దురు సేయంగన్. 12

చ. అతిదృఢవేది పేఁసగల • యట్టిమగండు రణంబు గల్గె నేఁ
డితనికి నాకుఁ దెల్లముగ • నిట్టియెడం బరికించి చూడుమీ
మతి గలఁగంగ నీక యను • మానము వాయఁగ నీవు సాయకో
ద్ధతిఁ బ్రకటించుచో బహువి • ధంబుల విద్దఱతారతమ్యముల్. 13

క. ఈయెడ ననుఁ గని వారణ
సేయుదు నితఁ డగ్గమైన • చిచ్చుఱపిడు గై
పోయి పయిఁ బడుదు నీ వర
వాయించుక లేక పఱప • వలయు రథంబున్. 14

ఉ. ఉగ్రుఁ డనూనమానమహి • మోన్నతచిత్తుఁ డజయ్యవిక్రమో
దగ్రుఁడు హస్తలాఘవన • మన్వితుఁ డేయునెడన్ సమగ్రకో
పాగ్రహబుద్ధి మాదెస వ • నార్యుఁడు గార్యమువందు ధార్తరా
ష్ట్రాగ్రజుఁ డీతనిం గదిసి • నప్పుడు పందువు నాకు నుత్తరా. 15

తే అరసికొని యెన్నిభంగుల • నైన నితని
తేరు మనబారి కగపడు • తెఱఁగు గాంచి
యదరిబానటయ్యెయెవ్వ • రడ్డపడిన
మెఱపుమెఱచిన చాడ్పునఁ • దఱియఁజొరుము. 16

క అస్మత్పితామహుం డతి
విస్మయజననప్రతాప • విభవాగ్నిశిఖా
భస్మీభూతప్రతిప
క్షస్మయకావనుఁడు ప్రథమ • గణ్యుఁడు బుద్ధిన్. 17

క బహువిహితాయుధవిద్యా
రహస్యసంవేది ధార్త • రాష్ట్రులకును మా
కు హితకంబు కోరు సముఁడై
[1]సహాయుఁ డగు వారలకు వ • చటఁ దానునికిన్. 18

క వివిధము లగులక్ష్యంబులు
నవలీలం దునియ నాట • నవియఁగ నేయున్
భువనైకధన్వి నత్యు
గ్రవిచేష్టితు నోర్చెఁ బరశు • రాముం బోరన్. 19

క. శంతనునందనునరదము
బొంతం బోవలవ దలుక • పుట్టి యతఁడు భూ
[2]కాంతునకు సైన్యమునకుం
[3]జెంతలఁ జేరంగ నీక • సిలుగులఁ బెట్టున్. 20

వ. అని యిట్లు వేఱువేఱ చూపిక్రమంబున నేర్పడంజెప్పి సవ్యసాచి సమరోన్ముఖుం డగుసమయంబున నస్మితుండగుచు నశ్వత్థామ రవి తనయునవలోకించి యిట్లనియె. 21

క. నిను నీవ పొగడికొని పలి
కినపలుకులు పెక్కు గలవు • క్రీడి యనికి వ

---

1 క గ జ. సహాయు మగ్గు. 2 గ కాంతునిదెస. 3 జ. జెంతం.

చ్చినవాఁ డిదె పులివలె మా
ర్కొనరాదే కర్ణసేన • కుం బ్రియ మెసఁగన్. 22

క. తలఁకు గల దేవి శకునిం
బిలిచి విచారింపఁ బొమ్ము • పృథివీపతి నీ
తలన [1]తనకార్యఖడ్గం
బులమో పెక్కించె రి త్త • వోవునె నీకున్. 23

వ. అనిన విని యతండు క్రోధఘూర్ణమాన[2]తారకుం డగుచు ని ట్లనియె.

చ. తలఁకెదువానికిన్ [3]మగఁడ • తానటె వన్నడిఁకించుచుఁ డిసీ
పలుకకుఁ [4]భీతున ట్లొదుఁగఁ • బాఱునె సూరుఁడు విన్ను వచ్చియే
కలనికి వచ్చితిన్ వరుఁడు • కాఁ డట వాసవుఁ డైన నేమి నా
బలముఁ జలంబు నేరిమియు • బంటుతనంబును నీవ చూడుమీ. 25

క. అని కడఁగునినసుతునకు
న్మను ద్రోణుఁడు ద్రోణనంద • నుఁడుఁ గృపుఁడును శాం
తనవుఁడుఁ గడఁగుట దుర్యో
ధనుఁ డవలోకించి యత్యు • దగ్రతఁ గడఁగెన్. 26

వ. ఇవ్విధంబుననయ్యేవురుదొరలును ధరణీశుండును సరభసంబుగా బరవసంబు పేసిన దుశ్శాసన దుష్ప్రిహదుర్ముఖప్రముఖనిఖిలకురు కుమార నికాయంబును శకుని సైంధవ ప్రభృతిబంధునివహంబును బాహ్లిక సోమదత్తాదిసామంతనికురుంబంబును మఱియునుం గలవివిధయోధ

---

1 క ఖ గ జ. మనకార్య. 2 గ. మానసుం డగుచు.
3 క. మగఁడు తానటె, గ. మగఁడఁదానటె. 4. భీరువ.

వీరనిచయంబును నొక్కటఁ గరటిఘటాఘోటకభట్టరథయూథపదాతి
వితతిసంరంభకుంభత్సేనాసమూహసహితంబుగాఁద్రోచి నడచిన. 27

చ. ధరణి వడంకె ధూళి దివిఁ • దన్నిన భానుని గానరాద బం
ధురవివిధప్రకారపటు • తూర్యరవంబులఁ బొంగె దిక్కులా
స్ఫురితమహాయుధోగ్రరుచి • పుంజవిజృంభణఘోర మయ్యె నం
తరము సహస్రనేత్రముఖ • దైవతమండలదుర్నిరీక్ష మై. 28

— అర్జునుఁడు కౌరవసైన్యంబుల నుఱుమాడుట —

వ అట్టియెడ నుద్భటహాసోల్లాభాసురముఖుం డగుచు శతమఖతనయుండు.

చ. గుణమన లస్తకంబనను • గోటియుగంబునఁ గేలఁ [1]దార భీ
షణమన నుప్పతిల్లి రథ • సంబున రేఁగినమాడ్కిఁ దీవ్రమా
ర్గణనికరంబు లొక్కట న • రాతిబలంబులఁ గప్ప గాండివ
క్వణనము రోదసీకుహర • కర్పరముం బగిలింప నుగ్రతన్. 30

క. తలపడి తలమీఱినకా
ల్బలములఁ బొడిసేయ మఱియుఁ • బైపైఁ బీనుం
గులఁ ద్రొక్కికొనుచు వెనముం
గలిమొనగవియుటయుఁ [2]గడఁక • గడలుకొనంగన్. 31

క. తన దృష్టియు ముష్టియుఁ దగు
ననువున మున్నొత్తియేయు • నతఁ డప్పు[3]డు డిం
చినకాయముల సపాటం
బునఁ బడియుఁ బడేను వచ్చి • పోయెం గోలల్. 32

---

1 గ. ధార, 2 క. పేర్కు. 3 'ఉడించిన' అనియే ప్రతులు.

చ. ఉడుగక వెండియున్ సుభటు • లొక్కట మొగిన్ బెనువంట దాఁకి క
వ్వడిపటుబాణభాస్వదని • నార్యసముద్ధతిఁ జేసి మంటలో
మిడుతలు సొచ్చిన ట్లయిన • మేటిమగల్ గని యాఁడఁ బోక బ
ల్విడి మఱియున్ వడిం బొదువ • ప్రేల్మిడిఁ ద్రుంచె నతండు ధీరతోన్

తే. అంతకంతకుఁ గదిసి సై • న్యములు సుట్టు
ముట్టి శస్త్రాస్త్రసంచయ • మున నభంబు
దీటుకొనునట్లు సేయఁ గి • రీటి గాండి
వంబుపరిచాలనంబు దీ • వ్రంబు గాఁగ. 34

సీ. గోరఁ బోఁడినమాడ్కిఁ • గొన్నింటిఁ జక్కసాఁ
బాలుగా [1]వ్రయ్యలు • వాపి పాపి
[2]బాటిస వఱకిన • భంగిఁ గొన్నింటిఁ దు
త్తునియలుగా [3]బిట్టు • త్రుంచి త్రుంచి
వెస నంపమున విద్ధ • వసిగఁ గొన్నిటి నిసు
మంతలుగా నుఱు • మాడి యాడి
పనివడి బోలఁ గొ • ట్టినలీలఁ గొన్నింటిఁ
జిఱునుగ్గుగాఁ బొడి • చేసి చేసి

తే. యదరిపొదివినబలమున • నాయుధములఁ
బ్రతిహతంబులఁగావించె • నతిదయమున
నక్షతధ్వజసూతహ • యత్వలసద
ఫల్గురథవల్గనుం డగు • ఫల్గునుండు. 35

క. ఆమెయిన వివిధవర్మ
స్తోమం బఱవుఱ్చ సేసి • సునిశితబాణో

---

1 ఙ. వ్రక్కలు, 2 క. ఖాడిత, గ. బాడిద, 3 ఘ. బెట్టు.

భారత గ్రంథమాల　　　　　　　　　　　నం. ౭

గుంటూరు - 1

శ్రీమదాంధ్రమహాభారతము

వి రా ట ప ర్వ ము

❖✦❖

మధ్వశ్రీ పల్లెపూర్ణ ప్రజ్ఞాచార్య విరచిత

లము టీకా వ్యాకరణవిశేష సహితము

Acc. No. 2401

ప్రకాశకుడు

చతుర్వేదుల పార్థసారధి

గు ం టూ రు

గుంటూరు లక్ష్మీ ప్రింటింగ్ అండ్ బైండింగ్ వర్క్సువందు

ముద్రింపబడినది

1972

సర్వస్వామ్య సంకలితము

చందాదార్లకు రు. 6_00　　　　　ఇతరులకు రు. 7_00

మ. ఒకమాత్రన్ వితతప్రసారనిబిడా • త్యుగ్రాస్త్రసంతానముల్
సకలానీకములందుఁ బర్వ నరుఁడా • స్వస్మూర్తి శోభిల్లె దీ
ప్తికరాపంబులు లోక మంతటను వి • స్తీర్ణంబులై యోగవ
ద్యకృతవ్యాప్తి వెలుంగ నొప్పెసఁగుమా • ర్తాండున్ విడంబించుచున్.

క. వరు లొరులు దృశ్యములపైఁ
బరఁగింపఁగఁ జూడ్కు లెట్లు వడిఁ దప్పక య
ప్పురుసున వరుఁ డేయునిశిత
శరములు లక్ష్యములు దప్పి • చన వించుకయున్. 43

క. గజఘోటకరథసూత
ధ్వజకంకటయోధగాత్ర • తతియుం దెచటన్
విజయధనుర్ముక్తశర
వ్రజములుదగవులంగఁ బడ త • వారణ నిగుడుఁగా. 44

చ. కవదొన లేల పూనునొకొ • కవ్వడి నా వల దుగ్రసంగరో
త్సవమున సవ్యపాణి నప • సవ్యకరంబున మార్చిమార్చి గాం
డివము ధరింపఁగా శరప • టిష్ఠతయుం బొరిఁ జేయి మార్చి తూ
పువెరవుతోన పిడ్వడక • పొం దొదఁగూడెడు [1]నెప్పు సూచినన్ 45

క. సమవిషమవినిమ్నోన్నత
సమీపదూరస్థలములు • సదృశములు గఁ [2]జి
త్రముక్రియ నవిహతగతులను
సమరమహింగ్రీడిరథము • నను నవితథమై, 46

వ. వెండియు నతండు. 47

1, నేర్పు. 2. ఖ. జిత్రముక్రియ నవహిత.

మ. బల మెల్లన్ [1] వెఱ రెండుపాయలు గ ఖం • భద్వేగుఁడై చొచ్చియా
వలగా నడ్డము వచ్చి నాలువు గ దు • ర్వారోద్ధతిం బోయి మూ
లల నానాశకలాకృతిం బొరయ లీ • లాయానదుర్దాంతుఁ డై
వలయంబుల్ వని చించి చిక్కువఱుచున్ • వైకల్యసంపాదియై

వ. ఇవ్విధంబున నంబుధిలోన మహామత్స్యంబు విహరించుచందంబునదదీయ రథంబు గౌరవసైన్యంబునందు సంచరించునయ్యవసరంబున. 49

ఆ. రత్న కేతనములు • రాజితశేఖరం
బులును రుచిరఘంటి • కలును బార్థు
బాణనిహతిఁదునిసి • పడుఁ గౌరవులచేటు
దెలుప దుల్ల [2] నుల్కు • ములనుబోలె. 50

క. వరుభల్లంబుల నగ్రిమ
చరణంబులుద్రెస్సి మ్రొగ్గు • జవనాశ్వంబుల్
కరుణమెయి [3] రాహుతులకున్
శరణం బగు మనుచు మ్రొక్కు • చందంబొందెన్. 51

క. దంతిఘటాసంతానము
కుంతీసుతనారసములఁ గూలినతఱి వ
త్యంతనిబిడాభ్రమున దివి
యెంతయు నొంపారుభంగి • నిల చెలు వొందెన్. 52

క. పలుపులఁ గాండ్లుం బగ్గం
బులుఁ దనయస్త్రంబు లదరి • పొడిసేసిన వి

1. ఖ. వెస. 2. గ. నుల్కు • శతుమసి 3. క. రావుతులకున్,

చ్చలవిడిఁ బాఱెడురథ్యం
బుల నేయఁడు దివిజరాజ • పుత్త్రుఁడు గృపతోన్. 53

ఆ. అర్జునాస్త్రఖండి • తాతపత్రధ్వజ
చామరములు గాలిఁ • జదల దూలం
జిహ్నములవిభూతిఁ • జెందంగఁ గని యొప్పె
నవ్వు దాఁచుచున్న • యట్ల లచట. 54

క. ఒకమఱి కిరీటి కట్టెది
రికి [1]నుఱుమునఁ బోయి రేని • రెండవమాఱి
య్యకొనుట కోర్వగ లేరై
రాకట్లఁ గురురాజుసేన • యోధులతోనన్. 55

సీ. మండితధ్వజదండ • మండలంబులఁ గిట్టి
[2]విటతాటనంబుగా • విఱిచి విఱిచి
చటులఖురోద్ధూతా • శ్వశ్రేణిఁ బొదివి ర
యంబునఁ దునిమి తూఁ • టాడు యాడి
రాజితబహువిధ • రథసమూహముఁ జొచ్చి
గలిబిలి యగునట్లు • గలఁచి కలఁచి
మదభరభీషణ • మాతంగముల ముట్టి
చిందఱవందఱ చేసి చేసి

ఆ. పటుపదాతిచయము • పై రౌద్రరసమహో
గ్రముగ వఱచి వేలఁ • జమరి చమరి

1, క. నఱుముఁగ; ఘ. గ్రమ్మఱఁ, 2. చ. పీటతాటంబుగా.

సవ్యసాచిబాణ • సంఘంబు మత్తశుం
డాలఘోరలీలఁ • గేళి సలిపె. 56

ఉ. శిక్షితచిత్రసంగరవి • శేషములం బ్రతిహేతిఖండనా
దక్షతపెంపుసొంపునను • దైవబలంబున నత్తఱిన్ సహ
స్రాక్షతనూజసారథిర • థాశ్వచయధ్వజముల్ పరాస్త్రశ
స్త్రక్షతి లేక యొప్పెఁ గురు • సైన్యము [1]వెక్కసమంది బెగ్గిలన్.

క. తేజోధనుఁ డగునరుఁడు
భ్రాజితగతి నడుమ మెఱసి • బడబాగ్ని దళం
బై జలనిధిఁ ద్రెక్కొనియెడు
నోజం గురుబలముపేర్మి • యుడిపెం దోద్త్రోన్. 58

తే. కాలపక్వంబులైనలో • కముల జముఁడు
బారిసమరెడుచాడ్పున • మారిమసఁగి
యుగ్రరూపుఁడై శౌర్యస • మగ్ర బాహు
సంపదుద్దాముఁడగుక్రీడి • సంపెరిపుల. 59

వ. అట్టియెడమున్ను తురంగమఖురాములందూలిన కెందూళియుం బైపయి వెగయఁ బరబలంబు నెత్తుట జొత్తిల్లుచు నుచ్చిచనువివ్వచ్చునిశితశర పరంపరలును సైనికశరీరంబులపై సుడిసి తడిసి రుధిరశీకరనికరరవి కిరణపరిణతంబగు సమీరణంబును ధారాళకరాళరక్తపరిషిక్తవిశ్వంభరా [2]భాగంబును గలయం గెంపుసొంపు సంపాదించియకాల సంధ్యావ హించినందదుచిత వ్యాపారపారగతంబులై పొడసూపిన యుడుగణంబు లుంబోలెఁ బొలుచుధనంజయసాయకదళితకుంజరకుంభవికీర్ణ మౌక్తిక

1. ఖ. వివ్వెఱ గంది. 2. క. నభోభాగంబులం

విసరంబులవలనను సముదీర్ణమదవేగదుర్నివారవారణ విదారణంబుల
గునర్జునాస్త్రపాతంబుల బెదరి తేం ట్లెగయుట ఈఁగ లెగయుటయుం
బ్రతిభటబాణ ఘట్టనంబునం బాండవమధ్యమకాండప్రకాండంబుల విబి
డజ్వాలలు నిగుడుట మంటయునుగా మూర్తం బగుతదీయక్రోధదవా
నలంబు ఛటచ్ఛటాశబ్దంబుల ఛాద్పనంజెలంగుచున్న యుధిష్ఠిరానుజాత
నిష్ఠుర భల్లభజ్యమానబలవదరాతిఖరాస్థి నిస్వనంబులపలసిను దొట్టి
తొట్టి యెడనెడ మడుపులు గట్టుశోణితంబు నీళ్ల వందుఁ బడి తేలాడు
వెలిగొడుగులు పుండరీకంబులును, వింజామరలు మరాళ పుంజంబును
నై కొలంకులచందంబు నొంద వాని[1]కెఱఁగెడుకొదమతుమ్మెదపదుపుల
పగిదిఁ దొరఁగునాఖండలతనయఖండితపరవీరకాలాయసనారాచశకలం
బుల వలనను గిరీటిశర పాటవపరిస్ఫోటితరిపుకపాలగళితమస్తిష్క
[2]పలలపంకంబునను నలుదెసల నంతంతఁ గదియం జాఁగిపడి యున్న
కృత్తకరచరణంబులను పెదపదనికి రొంపి గలంచి వరుజులు పదిలం
బుగా నమర్చినకేదారంబు తెఱంగు దోఁచుటకు నీడై చతురహాలికుండు
సల్లుపరువంపు మొలకలచెలువునఁ బెల్లుడుల్లుఫల్గునాశుగ సంతాడన
వికీర్ణశత్రుశేఖరవజ్రవ్రజంబులవలనను సంగ్రామం బభిరామం బయ్యు
ను ఘోరప్రకారం బయ్యె నమ్మహాభయంకరసంకులసమరంబున. 60

చ. ఉఱక విరోధిసైన్యముల • నుక్కుమడంగఁగ నుల్లసద్గతిం
బఱప రథద్విపాశ్వములు • పాండవమధ్యము తేరువీథియం
దఱవఱలై పతం గని భ • యంపడి యిద్దెసవచ్చె నేవి న
త్తెఱఁగయి వోమె యంచు [3]నెడ • తెంపిగఁ గొందఱు [4]పాయఁబాఱఁగన్

1. గ. కరిగెడు. 2. జ. పటలంబునను. 3. క. నెడతెంపుగఁ; ఘ. నెడ త్రెవ్వఁగఁ. 4. గ. పాయువాఱఁగన్.

క. వాలమ్ములు దాఁకి ధరన్
వ్రాలుభటులఁ జాఁచియొడలు • వడఁకఁగ మేనుల్
దూలఁగఁ దమఁ దాఁకకయును
నాలము పాలించి కొంద[1] • అవలఁ జవంగన్ 62

తే. ప్రొద్దుగ్రుంకిన మఱి కాని • పోనఁడొక్క-
క్రీడియని కొంద ఱాజికి • నీడఁబోవ
బలము నెల్లను దెగటాఱఁ • బఱసి కాని
తక్కఁడెట్టులుననుచుఁగొం • దఱు చలింప. 63

క. తరతరమ ప్రజలఁ దునిమెడు
నరునప్పటియెత్తికోలు • నకు సురవిద్యా
ధరఖేచరులును భీతిం
బొరసిరి తమదెసకు నేమి • పుట్టునొ యనుచున్, 63

క. తమతమయొద్దిబలంబులు
క్రమవిరళము లైన దొరలు • గాండివిపై న
గ్రముగఁ దఱుముటయు నాతఁడు
నమరోల్లాసమున దివ్య • శరతత్పరుఁడై. 65

సీ. ఆచార్యు డెబ్బది • యమ్ముల నాచార్య
పుత్రు నేడింటఁ గృ • పుని బదింట
దుష్ప్రిహుఁ బంద్రెంట • దుశ్శాసనునిఁ బది
యేనింట సౌబలు • నెనిమిదింట

---

1. క. గ. అవుల చనంగన్.

సమరనదీసూను • సఱువదింటను నేసి
రవిసుతురథ్యసా • రథుల నొంచి
వర్మమంతయుఁ ద్రుంచి • వైచి మర్మాస్థిబం
ధములు భేదించి వి • క్రమము వెఱపి
ఆ. యిట్లు దొరలు నొవ్వ • నేత్తెఱఁ దనచేతి
కొలదిఁ జూపి క్రీడి • సెలఁగి దేవ
దత్తమొత్తుటయును • దత్తైన్యములు పెద
విఱిగి పాఱె భీష్ము • మఱువు సొచ్చె. 66

క. గాంగేయుఁ డవష్టంభో
త్తుంగతనుం డగుచు నిట్లు • దూలినకురుసే
నాంగంబులఁ బురికొలిపి సు
సంగతములు సేసెసమర • సమ్ముఖములుగాఁ. 67

వ. ఇట్లు భగ్నబలసమాశ్వాసనోద్భాసి యగుభీష్మభుజబలంబు ప్రాపున మాతంగతురంగస్యందనసందోహంబులతో గుంభసంభవకృపాశ్వత్థామకర్ణవికర్ణ ప్రముఖాఖిలయోధజనంబులు సుయోధనుముందటఁ బన్ని నిలిచినం జూచి సవ్యసాచి ప్రత్యేకప్రథనకుతూహలాయత్తచిత్తుం డగుచు నుత్తరున కిట్లనియె. 68

ఉ. కందము లప్పళించి తుర • గంబుల నించుక నిల్పు వైరిపే
వం దెలియంగఁ జూడుము ఘ • నప్రకరంబునుబోలెఁ గాఱుకొం
చుం దఱిచైనదంతిభట • సుందరకేతనరాజిగ్రాలఁగా
[1]ముందట నిల్వఁ గట్టెదిరి • మోహరమున్నవిధంబు గాంచితే. 69

1 గ. ముందర నిల్చి కట్టెదిరి; ఙ ముందర గట్టిమై నిలిచి.

ఆ. కర్ణకేతనంబు • గ్రాలెడు నల్లదె
యాతఁ డాజికేళి • కౌతుకమునఁ
గడఁగి వచ్చుటయును • గలిగియున్నదిమున్న
తొడరవలయునతని • తోడమనము. 70

వ. అని మఱియును. 71

చ. రయమునఁ గిట్టియాతని ప • రాక్రమలీల యడంచి నొంచి దు
ర్జయుఁ డని నమ్మి యున్నకురు • రాజునకున్ వగ వుట్టఁ జేసెదన్
హయములఁ బోవ నిమ్మనుడు • నాతఁడు నాతనిలావు నచ్చి ని
ర్భయమునఁ దేరు [1]వోఁబఱపె • భాస్కరసూతికి సమ్ముఖమ్ముగన్.

— అర్జునుఁడు చిత్రాంగదప్రభృతికురుకుమారుల నిర్జించుట —

వ. ఇవ్విధంబున వృషభంబున కౌదికొను బెబ్బులియునుంబోలె రాధేయు దెస నడచు కవ్వడిం గని చిత్రాంగదుండును జిత్రరథుండును సంగ్రామజిత్తును దుష్ప్రహాండును జిత్రసేనుండును వివింశతియును దుర్ముఖుండును దుర్జయుండును వికర్ణుండును శత్రుంతపుండును దుశ్శాసనుండును లోనుగాఁ గల కురుకుమారవర్గంబు నిరర్గళప్రకారంబు లగు రథచిత్రప్రచారంబులు మెఱయ మొనకుం దఱకడచి చటుల పటుబాణవేణికాపరంపరలు నిగుడ నొక్కపెట్ట కవిసిన నతండును గుణధ్వనితంత్రీనాదంబుగా నావిండ్లవా రొత్తుకోలుగా గాండీవంబు వీణెగా వినోదంబు సలిపె నట్టియెడ వికర్ణుండు. 73

క. తలమీఱి నిశితశరమం
డలిఁ గప్పెం బార్థు నుత్క • టక్రోధములన్

---

1 గ జ. వే నడపె.

విలు విఱుగ నేసి యతనిం
దొలఁగంగా జేసె నరుఁడు • దోర్బలలీలన్ 74

క. ఇంతయుఁ గనుఁగొనియును శ
త్రుంతపుఁ డోసరిల కాజి • దోహల మలరం
గాంతేయుతోడఁ దలపడి
వింత లయిన కూర్మనఖర • విశిఖము లేసెన్. 75

వ. అర్జునుండును. 76

క. సూతుఁ బదింటను నైదిట
నాతనియంగంబు నొంచి • యంక విలువఖిన్
శాతఘనశరము వే కొని
యాతల వెడలంగ నేసి • యసువులఁ బాపెన్. 77

తే. ఇట్లు శత్రుంతపునిఁ ద్రుంచి • యువ్విధమున
నొక్కఁ డొక్కఁడ తలపడు • టుడుపఁ దలఁచి
వివిధబాణపరంపర • వెల్లిగొలిపె
భయరసమువట్టు పెట్టునఁ • బగలు వాఱ 78

క. అంతఱు రథికులు పఱవఁగ
నిం దేటికి మున్ను వచ్చి • [1]రిప్పియని సం
క్రందనసుతు మార్కొనియెఁ ద
గం దెగి సంగ్రామజిత్తు • గర్వోద్ధతుఁడై. 79

క. తలపడి వాలమ్ములు పై
వల వేర్పడ నినుచుటయును • నలుక నోరమినం

---

1 క. తిప్పి.

దల దులిమిపైచె నాతని
బలసూదనసూనుఁ డొక్క • పటుభల్లమునన్. 80

తే. అపుడు రాధేయుఁ డిమ్మెయి • ననుజుపాటుఁ
జూచి యేనుంగునకు సిళ్లు • సూపినట్లు
గవిసి హయముల మత్స్యటూ • కాంతుతనయు
నేసి పంద్రెండుశరముల • నేసెనరుని. 81

ఉ. కేసరివిక్రముండు కపి • కేతనుఁ డత్తరి వైరివీరసం
త్రాసకరప్రకార మగు • దర్ప మెలర్పఁగ బాణజాలవి
న్యాసమున్ వెసం బొదివె • నర్కసుతున్ గరుడుండు పాము న
ద్భాసితపక్షుఁ డై పొదువు • భంగి సురావలి పిచ్చలింపఁగన్. 82

క. ఇరువురు వీరులు ని ట్లొం
డొరువులఁ దలపడుట సూచి • యుత్కట మగున
చ్చెరువాటుఁ గౌతుకంబు న
దర నూరక యుండె నయ్యె • డం గురుసేనల్. 83

మ. ప్రళయాంభోధరముక్తసాంద్రవిసర • త్పాషాణవర్షంబు మి
క్కిలి యై శైలముఁ గప్పునట్లు వరున • క్షీణాస్త్రసంతాన మి
ట్టలి మై కప్పినఁ దీవ్రమారుతము గా • ఢవ్యాప్తిజీమూతమం
డలిఁ బోలెన్ బిరియించె భానుజుఁ డవ • ష్టంభోజ్జ్వలాకారుఁ డై. 84

క. విల్లును దానును శిఖ రా
జిల్లఁగ వెలుఁగొందువహ్ని • చెలువంబున శో
భిల్లుట గని కురుసైన్యము
లెల్లను దూర్యములు మ్రోయ • నేడ్తెఁ జెలఁగెన్. 85

క. రవితనయుబాణములు వా
సవనందనుఁ బొదివినపుడు • సంతోషముఁ ద
ద్వివిధాస్త్రము లాతనిపైఁ
గవియ విషాదంబు నొందుఁ • గౌరవసేనల్. 86

వ. ఇవ్విధంబున నేట్లాడుచుం గదిసి గాండీవి కర్ణున కిట్లనియె. 87

ఆ. సభలఁ బలుకు దీవు • సరిలేరు నా కని
యిదె రణంబు వచ్చె • నెల్లవారి
కెఱుఁగవచ్చు దీనఁ • బెఱచోట రజ్జైన
యట్లు పూరగింప • నగునె యిచట. 88

క. మాటలు పెక్కాడితి వీ
పోటుమగలు వినఁగ నింక • బోవుట దగ దె
ప్పాట వది గాక తమ్ముని
పాటును గన్నారఁ గంటి • పాఱకు మీ కర్ణా. 8

ఆ. పలుకవచ్చుఁగాక • పలికినయట్టుల
చేయవచ్చు నెట్లు • దాయ యెందుఁ
బోయె దట్లు ద్రుపద • పుత్రికఁ బఱుపంగ
గాంచి నగినఫలము • గందుఁ గాక. 90

క ఏ నప్పుడు ధర్మపాశ
ధీఘుఁడ నై కోపమునకు • దీ కొనరింపం
గా నేరకున్న మెఱమెయిఁ
బోనయ్యెం గాక యింకఁ • బొమ్మా యిచటన్. 91

వ అనిన విని రాధేయుం డిట్లనియె. 92

ఉ. అప్పుడు ధర్మహానికి ని • యంపడి నిల్చితివో కడంకతో
నిప్పుడు వచ్చివాఁడ విట • యెల్లను జేయుదుఁ గాక యన్నపై
దప్పు ఘటించి నీవు నొక • తాలిమి గల్గినవాఁడ వై వెసం
బొప్పనఁ జెల్లె [1]నీదువిలు • వోపను జూతము గాక యిచ్చటన్. 93

క. సమయంబు నడపినను రా
జ్యముభాగం బీరె యెట్లు • నను నాస నర
ణ్యమున వసించితిగాక ని
జమునకు నీయందు ధైర్య • సారము గలదే. 94

క. మును నీ వచట వచటఁ జే
సినబంటుతనంబు లెల్లఁ • జెప్పఁగ విందుం
గనినఁ గదా నమ్ముదు నవి
యనుమానము నాకు నీభ • యస్థితిఁ గనుటన్. 95

—• కర్ణార్జునులదంద్వ యుద్ధము •—

వ. అనుచు వాలమ్ములు గురిసిన నర్జునుండును బ్రీతుండై గాండీవవిక్షేప
క్షోభితనభోభాగుండగుచుం గానీనుపై నానానిశితవిశిఖంబులు నినిచె నట్ల
య్యిరువురును దేవాసురసంగ్రామసాదృశ్యవిక్రమప్రక్రియం బొలిచి
రట్టిసమయంబున. 96

క. రవిదీప్తులు పొర నేరమిఁ
గవిసెం జీఁకట్లు పవను • గమనం బడఁగెన్
వివిధాస్త్రంబుల నంబర
మవిరళముగఁ బొదువఁబడుట • నద్భుతభంగిన్. 97

1 గ. నీవిలువు • నోపును.

ఉ. అప్పుడు కర్ణసైన్య మమ • రాధిపనందనుఁ జుట్టు ముట్టఁ దే
రుప్పరవీధి మై వలయ • మొప్ప వెసం బఱపించి క్రీడి పెన్
గుప్పలుగా రథావలిని • ఘోటతతిం గరిరాజిఁ గూల్చుచుం
దప్పక భానుసూను మెయి • దాఁకఁగ నేయుచు నుల్లసిల్లినన్. 98

వ. రాధేయుండును. 99

క. తఱిమి పయి నడరుటయు విలు
విఱుగంగా నేసె నరుఁడు • విక్రమలీలం
గొఱఁతపడ నీక కర్ణుఁడు
మెఱుఁగు ఒడరుశక్తి సురలు • మెచ్చఁగ వైచెన్. 100

ఆ. వైచుటయును సవ్య • సాచియుఁ గొరవుల్
విస్మయంబుతోడి • వెఱపు వొంద
నధికరయము మెఱయ • నది పెక్కుదునియలు
చేసె నంతరముల • శితశరముల. 101

వ. అట్టియెడ వినతనయు మన్నించుజోదులు దెగి పయిం బడినఁ గ్రోధారుణనయపల్లవితంబును దంతకాంతిస్తబకితంబును గుంభస్థలఫలితంబును నగుతదీయకరటిఘటావికటవిటపిపటలంబు నాత్మీయవిశిఖవ్యాపారమహావాతంబునన్ బడలువడంగూల్చి చండమూర్తి దాల్చి శోభిల్లు బీభత్సుం గని యతండు బొమముడివెక్కొన వేఱొక్క విల్లెత్తికొని.

క. తురగముల నాలుగిట ను
త్తరు వాఱిట నెనిమిదిట ర • థముఁ బదిటను వా
నరు నఱువది శరముల న
న్నరువంగంబులను బెలుచ • నాటఁగ నేసెన్. 102

వ. ఇత్తెఱంగున. 104

సీ. రోషంబు భీషణ • రూప మై చెలు వొంద
 నతులకేతువు శిఖ • యై వెలుంగ
శరజాలములు పటు • జ్వాలలై నిగుడ న
 ర్కతనూభవోగ్రాగ్ని • ప్రజ్వరిల్లు
నుద్ధతి సైపక • యుజ్జ్వలదివ్యప
 తాక మెఱుంగు గా • దళితధరణి
రథనేమిరవము గ • ర్జనముగ శరపరం
 పరలుధారలు గాఁగఁ • బరఁగి యతఁడె

ఆ. నర్జునాంబుదం బ • నన్యసామాన్యస
ముద్యమమున ముఖప • యోరుహముల
కాంతి దఱిఁగి యపుడు • కౌరవసేనాస
రోవరంబు దీన • భావ మొంద. 105

క. వెండియు నడుగక రవిసుతుఁ
డొండొండ నిశాతసాయ • కోత్కరము నము
ద్దండతఁ బైనించిన నా
ఖండలనందనుఁడు గెంపు • గనుగవఁ గదురన్.

క. శిరము లలాటంబును గం
ధరమును బాహువులు నురము • దండడి ప్రయ్యన్
గిరిపైఁ బిడుగులు దొరఁగెడు
పరుసున దృఢదీప్తశాత • భల్లము లేసెఁ,

క. అఱిముఱి నంగము లెల్లను
నఱుముగ నిట్లడరునర్జు • నునియమ్ములకుఁ

వెఱచఱచి సూతపుత్రుఁడు
పఱచెఁ బడమి యద్రువ మత్స్య • పతిసుతుఁ డార్వన్, 108

వ. ఇట్లు కర్ణుండు గయ్యంబు విడిచి పాఱినఁ బార్థుండు దేవదత్తంబు పూరించి యుత్తరున కిట్లనియె. 109

క. వీఁ డొకఁడు కురుబలంబున
వాఁడిమగం డనఁగఁ జాలు • వాఁ డిబ్భంగిం
బోఁడిమి సెడియెడు ద్రోణుల
వేఁడిమి యిట మనకు ముసము • విక్రమమునకున్. 110

వ. అనుచు వీరావేశంబునఁ గౌరవానీకంబు నాలోకించునప్పు డుత్తరుండు.

ఉ. వెక్కసపాటు భీతియును • విహ్వలభావము నొంది యిట్లను
న్మిక్కిలి యైనశౌర్యమును • నిర్భరతేజము నంత కంత కి
ట్లెక్కుడులావుఁ జూచి మది • యెంతయు బెగ్గిలె మేను చేష్టలం
దక్కె నశక్య మిం కిట ర • థవ్యవహారము నిర్వహింపఁగన్. 112

ఆ. [1]పుట్టినంతనుండి • యిట్టివి యెన్నఁడుఁ
గాన నెందునట్లు • గాన చోద్య
మంది యంతరంగ • మవశతఁ బొందిన
కతన నింద్రియముల • కడఁక దక్కె. 113

తే. అనినఁ గొండొకనవ్వొల • యంగఁ జూచి
యింద్రనందనుఁ డాతని • కిట్టు లనియె

---

1 క. 'పుట్టినంతనుండి • యిట్టిది యెన్నఁడుఁ
జూడ నట్లుగాన • చోద్యమంది
యంతరంగ మిప్పు • డవశతఁ బొందిన'

నేమ గలుగంగ నీ కేమి • యెలమి వాహ
నముల కుబ్బగ నంచోద • నంబు సేయు. 114

క. అనుటయు నాతఁడు దగ సూ
ల్కొనినం దా నుదితనినద • కోదండుం డై
యనితరసులభోద్యమమున
ధనంజయుం డిట్టు లను న • తనితో మఱియున్. 115

క అరుణాశ్వంబులఁ బూనిన
యరదంబున వీడె నిడుపు • లగు చేతులు బం
ధురకంధరంబు వెడలుపు
టురమును నై ద్రోణుఁ డొప్పె • నుత్తర కంటే.

వ. అవిచూపి వెండియు ని ట్లనియె. 117

ఆ. సకల కురుకుమార • చాపశిక్షాచార్యుఁ
డాతిదుస్పృహుండు • సాంగవేద
వేది నీతిశాస్త్ర • విదుఁడు దివ్యాస్త్రకో
విదుఁడు సుజనహితుఁడు • విమలబుద్ధి.

వ. అవి యగ్గించి.

క. తనతవయుకంటె నెమ్మన
మున నాకుం గూర్చు [1]భావ • మున గురులకు మా
ర్కొనియెదము రాచధర్మం
బునకీడునఁజేసి యింత • వుట్టఁగ వలసెఁగా. 120

---

1. క. బాపమున

చ. ఎదురుగఁ బోవనిమ్ము గథ • మీతనితేరికి వన్ననాతఁడుం
బదిలముతోడ రథ్యముల • పగ్గము లేద్రెఱ సూలుకొల్పి యు
న్మదగతి నట్లచేసిన న • మానుషవిక్రముఁ డైన ద్రోణుఁడుం
గదిసి యిభం బిభంబుఁ జెన • కం జనుదెంచినలీలవచ్చినన్. 121

వ. నరుఁడు నమస్కరించి గురున కిట్లనియె. 122

క. అడవులఁ బెద్దయుఁ గాలం
బిడుమలఁ గుడిచితిమి మాకు • నిది దఱి యని యి
ప్పుడు వచ్చితిమి విపన్నుల
యెడఁ గృపసేయుటయ లెస్స • యీ రలుగకుఁడీ. 123

— • అర్జునుఁడు ద్రోణాచార్యులతో యుద్ధంబు సేయుట • —

క. మును వెఱతు నేయ మీరలు
నను నేసినఁ గాని యనుడు • నాకేశసుతున్
ధనురాచార్యుం డిరువది
సునిశితబాణముల నేసెఁ • జూపఱు వొగడన్. 124

ఆ. అర్జునుండు వాని • నన్నింటి నడుమన
తునియ నేయుటయును • ద్రోణుఁ డదరి
శతసహస్రసంఖ్య • శరములు గప్పిన
నతఁడు నతనిఁ గప్పెఁ • బ్రతిశరముల.

చ. అతిరథు లస్త్రశస్త్రవిదు • లద్భుతబాహుబలుల్ పరాక్రమో
ర్జితయశు లిట్లు దాఁకి గురు • శిష్యులు గౌరవసేనలోనిభూ
పతిసుతకోటికిన్ వెఱఁగు • పా టొనరించిరి బాణజాలసం
వృతగగనాంగణం బగున • పీనమహాహవ[1]విభ్రమంబునన్. 126

1 ఖ. విక్రమంబునన్

వ. అట్టియెడఁ గురుసైన్యంబుజనంబులు. 127

క. నరుఁ డొక్కరుండు దక్కఁగ
గురుఁడు గడగినపుడు మాఱు • కొనఁ జాపధరుం
డొరుఁడు గలఁడె మఱి వెదకిన
హరుఁడు గలం డింకఁ గలుగు • నసరా దెందున్.

క. ద్రోణుఁడు రయమున నేసిన
బాణము లెడతెగక యొక్క • బాణమపోలెన్
శ్రేణి యయి వోవఁ బార్థుఁడు
రేణువు గావించుఁ గంటి • రే చిత్రగతిన్. 129

క. గురుశరములు సితపక్ష
స్ఫురణంబున వంచపిఁడు • పొలుపు వహించెన్
నరుబాణతతి ఘనావలి
కరణి మిగుల నొప్పె నల్ల • గఱుల చెలువునన్. 130

వ. అనుచుం గనుంగొనుచుండ.

శా. శ్రావ్యం బై చెలఁగన్ గభీరమధుర • జ్యానాద ముద్దామవీ
రవ్యాపారనిరూఢతం బ్రతిశరా • రంభంబు మర్దించుచున్
సవ్యప్రౌఢిదృఢాపసవ్యగతి నా • శ్చర్యంబుగా నేయుచున్
దివ్యాస్త్రంబులఁ బోరి రిద్దఱును సా • దృశ్యం బదృశ్యంబుగన్.

వ. ఇంద్రాగ్నివాయువరుణదైవత్యంబు లగుశరంబులు గురుం డేసిన నరుండును దత్తద్దేవతాకంబు లగునంబకంబులఁ బ్రతిహతంబులు సేయుచువచ్చెనయ్యిరువురుఁ బెల్లేయుసాయకంబు లంతరిక్షంబున దలంబై సంతమసంబు గలిగి యునికి నేబాణం బెక్కడఁ బాఱుటయుం

దోఁపకుండె నట్టియెడఁ గుంభసంభవుబలంబుసరభసంబుగా నతని
కడ్డంబు సొచ్చిన వివ్వచ్చుండు క్రేళ్ళుడిం బొడిసేసి సకేయూరంబు
లగు బాహుదండంబులను సకుండలంబు లగుకర్ణపాశంబులను సకిరీ
టంబు లగుశిరోభాగంబులను భూభాగం బలంకరించి యప్పు డావహిల్లిన
రుధిరసాగరంబునకు రత్నాకరత్వం బలవరించె నిట్లు దుర్జయుం డగు
నర్జునుండు సైన్యంబు దైన్యంబు నొందించుచు నాచార్యునకు భరం
బుగ నేట్లాడు చున్నం జూచి యతండు విస్మితుండై 133

క అర్జునుని నాహవంబున
నిర్జింపఁగ నగునె ఫాల • నేత్రునకై నం
బర్జన్యసుతుఁడు శరవ
ర్షోర్జితమూర్తి యగు టరయ • నుచితమకాదే. 134

వ అని మఱియును పగినపలుకుల నగ్గింప నిలింపనికరంబు.

తే. ఇంతప్రొద్దు కిరీటికి • నెదుర నిలువ
వెలువ కున్నప్డు ద్రోణుండ • వింటివాఁడు
నల్లవో తనయున్నసే • నకు నొకండ
బలిమిఁ దలమీఱునే యిట్లు • నిలువవలదె. 136

మ. అనుచుండం ద్రిదశేంద్రసూనుఁడు రయం • బత్యంతఘోరంబుగా
ఘనశాతోజ్జ్వలదుర్నివారవిలస • త్కాండంబులన్ ద్రోణువా
హనసూతధ్వజదేహముల్ వొదివె ని • ట్లస్త్రోద్ధతి నిర్మగ్నుఁజే
సిన హాహానినదంబు లొక్కమొగిఁ జే • ర్చెన్ సర్వసైన్యంబులన్.

క. ఈమెయి నిజజనకుభుజో
ద్దామబలము దోడ్తోఁ • దఱుఁగుటయు రథ

స్తోమంబుఁ దాను నశ్వ
త్థామ వెసం దాఁకెఁ బాండు • తనయునితోడన్. 138

— • అర్జునుఁ డశ్వత్థామతో యుద్ధము సేయుట • —

చ. అతఁడును దీవ్రబాణముల • నాతనిఁ గప్పుచు మాఱుకొన్న నా
శతమఖపుత్రసంగరము • చందము దోఁచె వడిం జటచ్చటా
యితరపషప్డు వేణువుల • నేర్చుదవానలు ప్రోఁతభంగి ది
క్తతిఁ బరఁగెన్ మహాద్భుతము కౌరవసేనకు నావహిల్లఁగన్. 139

వ. అట్టియెడ. 140

చ. ఉఱక ఎరుండు ద్రోణసుతు • యుగ్యములన్ వెసనొంచె నాతఁడుం
దెఱపి యొకింత గాంచి ఘన • తీవ్రశరంబున నారిఁ ద్రుంచి క
నిఱిపినమాత్రలోన నత • నిం బలుబాణచతుష్కయుగ్మ మే
డ్తైఱఁ దొడి మౌర్విగ్రమ్మఱ ఘ • టించు నెడన్ వడి నేసి యార్చినన్

క. కురుసేన లోన నిల్లె
వ్వరుఁ జేసిన వారు లేర • వార్యభుజావి
స్ఫురణోదగ్రుండు గదే
గురుపుత్రుం డనుచు సమర • కోటి నుతించెన్. 142

చ. చిఱునగ వొప్ప గాండివము • పెచ్చెర సజ్యము సేసి సేన లు
క్కఱ రభసంబుమై వఱరెఁ • గవ్వడి ద్రౌణియు నీడఁబోక య
త్తఱిఁ దఱుమంగ నస్త్రములు • దందడి [1]మార్కొని మందుచుండెఁ [2]జి
చ్చఱపిడుగుల్ వడిం దొరఁగు • చాడ్పున నంబరవీథి నుగ్రమై.

1. క. దార్కొని. 2. గ. 'జిచ్చఱపిడుగుల్ వడిందొరఁగు • చా
ప్పున' అనియొక ప్రతిపాఠము.

వ. ఇవ్విధంబున ధనంజయుం [1]డేయువేగంబున సేయుటయు ద్రోణతనయుతూణీరంబులు శరశూన్యంబు లయ్యెఁ దనతూణీరంబు లక్షయబాణంబు లగుటం జేసి యంతకంతకు నతిశయిల్లు పెల్లున నేయుచు నధికుం డగునప్పాండవమధ్యముం గనుంగొని కృపాచార్యుండు చెంగటం దల మీఱిన. 144

—• అర్జునుఁడు కృపాచార్యునితో యుద్ధము సేయుట •—

క. గురుపుత్రునిరథము విడిచి
సరభసముగ నందు సవ్య • సాచి గవియుడుం
దిరమై యాతఁడు శితశర
పరంపరలు గురిసె నుగ్ర • బంధుర [2]గతులన్. 145

వ. పాండుపుత్రుండును జిత్ర[3]సంచారంబుల మెఱయుచు.

క పటువిశిఖపంక్తి [4]యత్యు
త్కటదయమున నిగుడఁ జేయఁ • గా నవ్విధ మూఁ
దుట యైనమండె దీప్తో
ద్భటభంగిఁ గృపానలంబు • బలములు వొంగన్. 147

వ. ఇట్లు [5]మండిశిఖఁబోలెడికనకలిప్తఘన బాణంబు వనచర కేతువుందాఁకించి వేఁడిమి సూపి వివిధాస్త్రజ్వాలలు గవియించి దిక్కులు పెలంగ నార్చినం గోపంబున నాటోపంబు మిగిలి బలసూదనసూనుండతని కేతనంబు దునిమి తరణికిరణాను కారపారంగతంబు లగునా చంబులు దదీ

---

1. క. 'ధనంజయురయంబు నెనయు వేగంబున నేయు ద్రోణతనయు' 2 క. భంగిన్ 3. గ. ప్రచారం 4. గ యం దుత్కట. 5. చ 'మండెడు శిఖివోలెఁ గనలి దీప్తఘన'

యాంగంబుల నిసుపం దొడంగిన రథ రక్షకు లగు చంద్రకేతుండును జిత్రాశ్వుండును మణిమంతుడును మంజుమౌళియు హేమవర్మయును సురథుండును సుషేణుండును వరిష్ఠుండును సుకేతుండును నుక్కు మెఱయ నొక్కటం దాఁకిన.

ఆ. అన్ని వెడఁదవాతి • యమ్ము లద్భుతముగ
నొక్కముష్టిఁ దొడిగి • గ్రక్కనంగ
నతఁడు లీలఁ దునిమె • వందఱతలలును
ఘోరభంగి రక్త • ధార లెగయ.

సీ. తునిమితోడనయొక్క • సునిశితశరమునఁ
గాఁడియు రెంట వ • క్షములఁ ద్రుంచి
హరుల నాల్గిటఁ జంపి • యాలంపుగోలతో
నొగలు మూఁడమ్ముల • నుగ్గుసేసి
ధనువును సూతుని • తలయుఁ జెఱొక్కట
నఱకి లోచనముల • నవ్వ [1]నెఱయఁ
గృపుని నాలోకించి • క్రీడితద్వక్షఃస్థ
లంబునఁ గ్రూరథ • ల్లంబు నాట
ఆ. హతరథుండు విపతి • తాశ్వుండు సంఛిన్న
చాపుఁడును వికృత్త • సారథియును
నయ్యు నొచ్చియును భు • జార్గళసంరంభ
మతిశయిల్ల శక్తి • నతఁడు వైచె.

ఉ. మందుచు [2]వచ్చుదానిఁ బది • మార్గణముల్ గొని వేగ మొప్ప నా
ఖండలనందనుండు గది • కండలు సేసినఁ జూచి యప్పుడా

1 క. ఱలియ, 2 జ. బోవుదాని

తం డుడివోక లేక సమ • దంబున ఖడ్గము ఖేటకంబు ను
ద్దండతఁ గొంచుఁ దేరు డిగి • తాఁ గవిసెన్ రయ ముల్లసిల్లఁగన్.

వ. ఇట్లు గవిసిన. 152

క. పలుకయు వాలును నింతిం
తలు దునియలు సేసె బాణ • తతిఁ బాండవుఁ డి
ట్లల మైనవెఱఁగుపాటున
నిలిచి కృపుఁడు ద్రోణపుత్రు • నిరథం బెక్కెన్. 153

ఆ. అప్పు డే పడంగి • యన్ని సేనలు భీష్మ
రథముపొంత కొదిఁగె • రౌద్రరసవి
నోదియైనయర్జు • నుఁడు ధనుశ్చలన
దీప్తమూర్తి యగుచుఁ • దిట్ట కుఱికె.

వ. ఇ త్తెఱంగున నుఱక తఱియ నుఱికిన. 155

క. బలములు దొరలఁ బొదివి సం
కులయుద్ధము సేయఁ గ్రోధ • ఘోరాకృతి యై
యిలఁ బ్రోవుగఁ జతురంగం
బుల వ్రేల్మిడిఁ బాండు రాజ • పుత్రుఁడు గూల్చెన్.

ఉ. చేతులతీఁట వో నిటల నశేషబలంబుల నుగ్గుసేసి మాం
సాతతపంక మై బహువి • ధాయుధమీనము లొప్పఁ జామర
వ్రాతము ఫేనభంగిగ ని • రంతరవీరశిరస్సరోరుహ
స్ఫీతవిభూతిఁ బొల్చునది • సేసె రణస్థలియందు జైత్రుఁడున్. 157

తే. ఇట్లు కౌరవానీకంబు • నెల్లఁ గలఁచి
యాడి భీష్మునిదెసఁ [1]బోవు • క్రీడిఁ దాఁకెఁ

1 ఘ. బోవ

గొండకోఁదాఁకుతగరును • ద్దండవృత్తి
దోఁప వృషసేనుఁడాహవ • దోహలమున. 158

వ. విజయుండును.

తే. భల్ల మొక్కట నాతని • విల్లు దునిమి
యైదునారసములు వక్ష • మాడ సేసె
నతఁడు పై రింపరానినొ • వ్వడరుటయును
బెగ్గలంబున వరదంబు • డిగ్గిపాఱె.

వ. అట్టియెడ దుశ్శాసనశకునిదుర్ముఖవివింశతి[1]వికర్ణులు దన్నుం బొదివి కొనిన వారల రథరథ్య కేతువర్మంబులు జర్జరితంబులుగా నేసి గాసి చేసిన నందఱుం గనుకనిఁ బఱవం దొడంగినఁ బార్థుండును బ్రహాసోల్లాస భాసియగుచు నుత్తరుం గనుంగొని. 181

తే. కనకమయతాలకేతువు • గ్రాలఁ జిరత
టిల్లతాలీలఁ గలిగి శో • భిల్లువంబు
దంబుచాడ్పున సురనదీ • తనయుఁ డున్న
వాఁడు సూచి తె మత్స్యభూ • వరతనూజ. 182

—• అర్జునుఁడు భీష్మునితో యుద్ధంబు సేయుట •—

క. బలువిడి మనదివ్యాస్త్రం
బులచవిసూపంగవలయుఁ • బో నిమ్ము రథం
బంసగతి నతనిదెస కని
పలికిన నతఁ డట్ల చేసెఁ • బరమప్రీతిన్.

---

1 జ. 'వికర్ణులు మొదలుగాఁ గల దొరలు'

ఉ. శాంతనవుండు నప్డు నిజ • శంఖము కౌరవరాజసైన్యముల్
సంతస మంద నొత్తుచు స • సంభ్రమలీల నెదుర్కొనంగ దు
రాంతభుజాబలప్రకట • దర్ప మెలర్ప నరుండు నొత్తె ది
గ్దంతినికాయకర్ణపుట • [1]దారణవిత్తము దేవదత్తమున్. 164

తే. మలసి అంకెలు వైచుచు • మాఱుకొనిన
వృషభములభంగి నక్కురు • వృషభు లిట్లు
సమదగతిఁ జేరునెడఁ జూచి • రమరు లర్థి
ననిమిషత్వంబు దమ కప్పు • డచ్చుపడఁగ.

వ. ఇవ్విధంబునం గనుంగొనుచు వారలు దమలోన. 166

క. మనలను దానవులను గడ
చినయవి భుజబలము లస్త్ర • శిక్షావిధముల్
గొనియాడఁ గొలఁది గా[2]దీ
తని నాతఁడ యతని నితఁడ • తగుఁ జెనయంగన్. 167

సీ. అనుచుండ సైన్యంబు • లార్పులఁ బెడబొబ్బ
లును దూర్యనాదంబు • లుల్లసిల్లఁ
బేర్చి యొక్కుమ్మడి • భీష్ము నగ్గింపంగ
నతఁడు నిశాతబా • ణాష్టకమునఁ
బడగపై హనుమంతు • నొడలునుబహుశరం
బులనందుఁ జెలఁగెడు • భూతములను
దశవిశిఖముల ర • థ్యములను సారథి
నేనె వాసవియును • నెసక మెసఁగు

---

1 గ. దారుణవృత్తము. 2 శ దీతని నాతఁడ యతని నితఁడ • తగు..

తే. నగ్గలిక గాండివంబుచ • క్రాకృతిప్ర
కాశవహ్నిస్వరూపత • [1]గలిగి విడుపు
తెలిపి గానంగరాకుండ • మెఱపియొప్పు
సాంద్రసాయకతతి నాక • సంబు గప్పె. 168

తే. అర్జునుఁడు గవియించిన • యంప[2]మూఁడ
మంచుదళముగఁ గప్పిన • మారణాంశు
జాలముల వెస విరియించె • శాంతనవప
తంగుఁ డుద్దోతమానప్ర • తాపలీల. 169

క. అమరేంద్రతనయుఁ డుగ్రా
స్త్రములు వడిం గురియ నడుమఁ • దరమిడి వానిం
దుమురుగఁ జేయుచు వచ్చెను
సమరోల్లాసంబు మెఱయ • శంతనసుతుఁడున్. 170

క. అర్జునుఁడు దివ్యబాణ
స్ఫూర్జితదోశ్శక్తి దనకుఁ • జూపిన నతఁ డ
తూర్జితబలుఁ డై వియమో
పార్జితఘోరాస్త్రవితతిఁ • బ్రతిహతిఁ జేసెన్.

క. కవ్వడి యెమ్మెయి నేసిన
నవ్విధమున నాశరంబు • లన్నియు దౌదౌ
దవ్వులన నిలువరింపఁగ
వివ్వచ్చుఁడు గినిసి యేసె • విలు విఱుగంగన్. 172

మ. తనకోదండము ఖండితం బగుడుఁ గ్రో • ధం బార మందాకినీ
తనయుం డష్టసటా[3]విలుంచనసము • ద్యత్క్రూరసింహాకృతిన్

1. [illegible] విద్రుపు, విద్రుప. 2. గ. మూఁడు. 3. చ. 'విలుంతన'

దను వాఁ డుద్ధతలీల నెత్తికొని య • స్త్రశ్రేణిఁ బర్వించె న
ర్జునుపైఁ దాఁకిరి చక్రరక్షకులు నా • ర్యుల్ వింగి ముష్టక్రావళిన్.

చ. విజయుఁడు వారి నెల్ల నొక • వ్రేల్మిడిఁ ద్రుంచియు భీష్మసాయక
వ్రజము వడంచియున్ రథము • వాజుల నొంచియు నాజి కేళియం
దజితవిలాసముల్ మెఱయ • నప్పుడు విస్మయ మందు చుండెఁ గుం
భజముఖయోధవీరతతి • ప్రస్తుత సేసిరి సిద్ధఖేచరుల్. 174

క. కొండొకయెడఁ గని శాంతన
వుండాఖండలతనూభ • వునిదాముఁ పు
ద్దండభుజబలము మెఱయఁ బ్ర
చండాస్త్రక్షతము సేసె • సరభసవృత్తిన్.

చ. కినుక మనంబునం గదిరి • క్రీడి పితామహువిల్లు వ్రేల్మిడిం
దునిమి నితాంతగాఢరయ • దోర్విభవంబున నొండువిల్లు గై
కొనియెడునందుసన్ నిలిచెఁ • గ్రూరశరంబు లురంబునందు గ్ర
క్కున నతఁ డొల్లఁ బోయి రథ • కూబర మూఁతగ నిల్చె సోలుచున్.

క. కనుఁగొని సూతుం డరదముఁ
గొనిపోయెం దలఁగ నపుడు • కుంతీతనయుం
డనిఁ దనివి నవక గుంపులు
గొని యున్నెడ నరసెఁ గలయఁ • గురుసైన్యమునన్.

వ. ఇట్లొత్తి చూచి గాండీవంబు దొడవ గుణంబు సారించి కవదొనలు బిగియించి.

క. ఆచార్యసూర్యతనయకృ
పాచార్యప్రభృతిరథికు • లందఱు[1] మొద్దై

1 క దన్నుం.

చూచుచు నుండఁగ నద్దెస
కేచి భుజాబలము మెఱయ • నింద్రజుఁ డరిగెన్. 179

వ అప్పు డశ్వత్థామ కర్ణున కి ట్లనియె. 180

ఆ. వీఁడె వచ్చుచున్న • వాఁడు పార్థుఁడు మన
మేమి సేయువార • మీవు దక్క
నొరులు నిలువరింప • నోపెడువారు లే
[1]రోట లేక తాఁకి • యోర్వవలయు.

క. అని తనునుల్లస మాటకుఁ
గినిసి యినతనూజుఁ డేను • క్రీడి నిచట మా
రొక్కన వీఁకఁ గన్నులారం
గనుఁగొనుమీ నిలిచి యనుచుఁ • గవిసెం బెలుచన్.

క దొరలును సుభటులుఁ గర్ణుని
యరదమునకు మున్న పొదివి • రర్జును నచటం
గరి [2]సొచ్చుతుంగమడువున
పరుసున మొన చాఁపకట్టు • వడియె నతనిచేన్.

తే. ఇవ్విధంబునఁ బోరెడు • నింద్రతనయు
నుక్కలావును నంతంత • కెక్కుడయ్యె
[3]నలసి మేనులు దూలాడ • నిలిచి రంత
నంత నయ్యోధముఖ్యులా • హవము దక్క. 184

వ. అట్టియెడ నుత్తరుండు నరున కి ట్లనియె.

---

1 రో'రలేక' అని పెక్కు ప్రతులు. 2 గ సొచ్చినతుంగమడువు, పరుసున. 3. సొలసి... దూఁగాడ.

చ. ఉడుకువ లేనికయ్యమున • కోర్వఁగ వచ్చునె నాకు దప్పి పు
ట్టెడు నొకమాటు నాగ్రహము • డింపవు నీవును జక్క సేసి ప
చ్చడి గలపంగ వెండియును • జండితనంబున వచ్చి వచ్చి పో
రెదు మొనలింకఁ జాల నొన • రింప భవద్రథసూతకృత్యమున్. 186

వ. అనిన విని కవ్వడినవ్వుచు నేనుగలుగ నీకునోహటింపనేల యంతియ వలసినం దురంగంబులఁ దోడు గడపెద వించుక సైరించి నిలువవలయు నెల్లపనులును జక్కనయ్యె రా జొక్కరుండు చొఱంత[1] యాతం డభిమాని మనలం గని సరకుగొనండిప్పు డున్నచందంబు ఘనతోడం దలపడం గడంగుట దోఁచుచున్నయది తమ్ములు నాప్తభృత్యులు నిరుగెలంకుల నగ్గలికమెఱపి డగ్గఱియున్నవారని కౌరవేశ్వరునిగట్టిమోహరంబు సూపి యతనిం బురికొల్పి యద్దిక్కు దేరువోవ నిమ్మనుటయు నతండును దలకొనియట్ల చేయనడరి యెడ నెడనడ్డపడుకురువీరులం జెఱునగవు [2]గెడనిగుడ మెఱుంగువాలమ్ములఁ దొలంగ జడియుచుం గదిసిన నమ్మేదినీవల్లభుండు.

— అర్జునుఁడు దుర్యోధనునితో యుద్ధంబు సేయుట —

క. పులి గోల వేసిన ట్టి
ట్టలపురయంబునఁ గడంగు • టయుఁ దద్వక్ష
స్స్థలమునఁ గిరీటి రెం డ
మ్ముల నాటఁగ నేసె బొమలు • ముడివడుచుండన్.

క. క్షతములఁ బెల్లు దొరఁగుశో
ణితధారలు మదముగా [3]వి • నిర్గళకరియా

1 క. గస్నుం, 2 'నెడ' అని పెక్కు ప్రతుల లేదు
3 క. వినిర్గత. అ. విచిద్రకరీంద్రాకృతి.

కృతిఁ గవిసి యతం డేసెను
శతమఖసుతుఫాలతలము • శాతశరమునన్. 189

తే. [1]రక్తధారయు వెడలంగ • రశ్మి వెలుఁగఁ
బొలుచుబాలార్కు చాడ్పునఁ • జెలువు మిగిలి
ఫల్గునుండు ప్రతాపసం • భరితమూర్తి
యగుచు శరకిరణంబులు • నిగుడఁ జేసె. 190

శా. వానిం దీవ్రశరంబులం దునిమి గ • ర్వంబెక్కి నానాస్త్రసం
తానంబుల్ గురిసెన్ సుయోధనుఁడు దు • ర్దాంతాకృతిన్ గోత్రభి
త్సూనుండుం బటుసాయకోత్కరమునం • జూపెన్ భుజాటోపమి
ట్లేనుం గేనుఁగుఁ దాఁకునట్లు సమరం • బేపారఁగా నయ్యెడన్.

తే. హస్తిపురిఁ బేరు గల [2]మద • హస్తి నెక్కి
క్రాలుకావలిరథములు • గవియుదేర
నభ్రగజముపైఁ బర్జన్యుఁ • డవఁగ నంప
వాన పరఁగ వికర్ణుండు • వచ్చి తాఁకె.

చ. నీఁక నెదిర్చి యిట్లు కురు • వీరులకుం బ్రమదం బొనర్చుచుం
దాఁకినఁ గ్రోధవేగసము • దగ్రత నెఱ్ఱనిచూడ్కిఁ జూచి పే
రాఁకలితోడ నున్నఱము • నాకృతి భీషణరేఖ యొప్పఁగా
వ్రేకనినారసంబు దొడి • క్రీడి కరిన్ దృఢముష్టి నేసినన్. 193

ఆ. ఫాలకుంభసంధిఁ • బడి వాలమునదెస
మచ్చిపోవుటయును • మర్వియద్రువఁ

---

1 జ. రక్తధార వెడలె నొక • రశ్మి. 2 క. మదహస్తి.

గూలె నగ్గజంబు • గులిశచండాహతిఁ
బడుమహానగంబు • భంగి దోఁప.

క. అరుణమణిమాలికావి
స్ఫురణంబున దంతితనువు • సూడఁగ నొప్పెన్
ధరణిఁ బడియున్న బహుముఖ
పరిగతదావాగ్నిఁ బొల్చు • పర్వతముక్రియన్.

వ. ఇవ్విధంబున నేనుంగు పీనుంగైన వికర్ణుండు వెఱచఱచి పఱచి వివింశతిరథంబెక్కె నాలోనన యట్టినారాచంబున రారాజునురంబు నో నాట నేసినఁ గరీంద్రుండు వడుటయు నరేంద్రుండు నొచ్చుటయుం గని ఱిచ్చవడురథికుల వివ్వచ్చుం డవర్గళప్రసారంబగుమార్గణాసారంబున ముంచిన వెగడుపడి విఱిగి పాఱి రిత్తెఱంగునఁ దనచుట్టును బయిలైన వయ్యురగకేతనుండును మరలె విల్లు[1] దొరయును విఱిగి[2] కలను వాసి కాలుద్రోసిపోవుటయు నతిరథమహారథు లెల్లం జెల్లాచెదరగుటయుం జూచిసైన్యంబు లున్నవి యున్నచోటన తెరలి తనుకనిం బఱవం దొడంగిన.

తే. యూథపతితోడిదంతిస • ముత్కరంబు
వెనుకఁ దగిలెడుసింగంబు • విధము దోఁప
నార్పునాదంబుగా వరుఁ • దంటఁ దాఁకె
రాజుఁ దారును బాఱెడు • రథికవరుల.

క. వెనుకొని కర్ణుని పెదతల
యును దుశ్శాసనుని వీఁపు • నొక్కొక్కశరం

---

1 గ. దొరలును, 2. 'కలను వాసి, కొన్నిప్రతుల లేదు.

బున నేసె నప్పు డయ్యన
తనయుం డిట్లనియె నతిర • థశ్రేష్ఠుతోన్.

ఆ. కూడి ముట్టెఁ గ్రీడి • కురువంశమున కెల్ల
మూలకంద మీనృ • పాలుఁ డితని
నిచలఁ గాచికొనుట • యెల్లపౌరుషములఁ
జేఁత నిలిచి లావు • సేయవలయు.

క. అన వినుచుఁ గురుపితామహుఁ
డును ద్రోణుఁడు ద్రోణపుత్త్రుఁ • డును గృపుడును గ
ర్ణునిమాట సరకు సేయక
చమ్మ ఘుండఁగ దీనవృత్తి • జనపతి వలికెన్. 200

క. లోకంబుతోడివారుగ
మీక్షుల జనువయ్య మగఁటి • మికి గుఱి గాదే
నాకెర దైనయెడం దగఁ
జేకొని యది [1]మీరు చక్కఁ • జేయుట యరయన్.

వ. అనిన విని వారలు వెనుక యై యాశ్వాసవచనంబులు వలుకుచుం బోవం బోవుచున్నయన్నరేంద్రు నెలుం గెత్తిపిలిచి పార్థుం డిట్లనియె.

—• అర్జునుఁడు దుర్యోధను నుపాలంభించుట •—

ఉ. క్షత్త్రియుఁ డోడునే తగఁగు • కౌరవరాజ్య మొకండ నేఁ డృథా
పుత్త్రులలోఁ బిన్న నినుఁ • బోరికిఁ బిల్వఁగ మాని నాఁగ వి
ద్ధాత్రిఁ బ్రసిద్ధికెక్కి బల • దర్పసమగ్రుఁడ వైఘనీవు నీ
మిత్త్రులుఁ గూడ నిట్లయిన • మెత్తురె వత్తురె కొల్వ[2] భూభుజుల్.

1 క. మీకుఁ, 2 గ. భూజనుల్.

సీ. ఏనుంగు నెక్కి పె • క్కేనుంగు లిరుగడ
రాఁ బురవీథులఁ • గ్రాలఁ గలదె
మణిమయం బైనభూ • షణజాలముల నొప్పి
యొడ్డోలగంబున • నుండఁ గలదె
కర్పూరచందన • కస్తూరికాదుల
నింపు సొంపార భో • గింపఁ గలదె
యతిమనోహర లగు • చతురాంగనలతోడి
సంగతి వేడ్కలు • సలుపఁ గలదె
తే. కయ్యమున నోడి[1] పోయినఁ • గౌరవేంద్ర
వినుము నాబుద్ధి మరలి యీ • తనువు విడిచి
సుగతి వడయుము తొల్లింటి • చూఱ గలదె
జూద మిచ్చట నాడంగ • రాదుసుమ్ము. 204

వ. అని పెండియు. 205

క. నీయట్టివాఁడు విస్పీ
పోయెడిదే యిట్లు వోకు • పోకు మనుడు భూ
నాయకుఁడు మరలి పటుకో
పాయత్తతఁ ద్రొక్కఁబడ్డ • యహిగతిఁ గవిసెన్.

వ. ఇట్లు గవిసి రథంబులం గడచి కవ్వడిం దలపడియె భీష్మద్రోణాది యోధవీరులు నొక్కుమ్మడి మగిడి యధిపతితోడన విగిడి క్రీడియర దంబుఁ బొదివిరి తక్కినబలంబులు అంతకు మున్న కౌంతేయుఁడెన మరలి చూచుచుం బాఱు చవికిం జేసి యేలినవాఁడఱుముటయును దొరలు దెగి తిరుగుటయుం గని తెంపుసేసి కూడికొని రథసంఘంబునం జుట్టుముట్టి

---

1 జ. పాఱిన

యతనిపైఁ గ్రందుకొన నడరె నివ్విధంబున వివిధవ్యూహంబు లగు బహుయోధయూథంబులుగురిసినయనేకాస్త్రశస్త్రంబులు నానాప్రకారంబుల[1] గుప్పలుగూరలుగాఁ దొరఁగినం బెరిఁగినశౌర్యసంరంభంబునవిజృంభించి విజయుండాశ్చర్యధుర్యనిరతిశయరయభరితకరయుగళుం డయి రథ్యసారథిస్వాంగంబులుగాచికొని తనతోడంబుట్టువులప్రతినలూహించి యొండుసేయనొల్లక సపరివారంబుగా ధార్తరాష్ట్రుల భంగపెట్టందలంచి యింద్రదైవత్యంబును సత్యసంవాదనంబును నరాతి సైన్యదైన్య సంపాదనంబును నగుసమ్మోహనాస్త్రంబుఁ బ్రయోగించిన. 207

ఆ. ఆయుధములు విడిచి • యంగముల్ సోలంగఁ
దలలు మెదలుఁబక్క • నిలువ కొఱగ
నెల్లవారు నెఱుక • లెడలిచొక్కిక్కిని
ద్రాతిశయము గూరి • నట్టు లైరి

వ. అప్పుడు పాండవోత్తముండుత్తరమాటలు దలంచి యుత్తరుం గనుంగొని.

సీ. ఈకురుసైన్యంబు • సొక్కి దక్కితమున్న
    గ్రక్కునఁ జనుము రా • రాజు ద్రోణ
తనయుండుఁ జుట్టిన • తలచుట్లు వల్లవి
    యవి సూతపుత్రుని • రోంబరంబు
పచ్చనియది కుంభ • భవకృపాచార్యుల
    యుష్ణీషములు వెల్ల • లుఱుక నీవు
దెమ్మింతవట్టును • దేవనదీసూనుఁ
    డియ్యస్త్రమునకు మా • తెఱుఁగుఁ గాన

1 ఖ. గుప్పఁ గూరుగా.

ఆ. యతఁడు దెలిసియుండు • నాతనిదెస వోకు
మనిన మత్స్యరాజ • తనయుఁ డెలమి
దొలఁక నొగలఁ బగ్గ • ములు గట్టి చని వాని
నెల్లఁ దెచ్చియరద • మెక్కుటయును.

వ. ఈ రథబృందంబులయిఱుకటంబు వెడలి నిలుత మని కదలినం గిరీటిం దాఁకి గురుపితామహుండు శరవర్షంబులు గురిసిన.

క. ఆతనిరథ్యంబులఁ ద
త్సూతుని నొప్పించి సాంద్ర • సునిశితబాణ
వ్రాతంబు మేన నించిపృ
థాతనయుఁడు నిలిపి వెడలె • దర్పోజ్జ్వలుఁడై.

వ. ఇవ్విధంబున నరదంబులయిఱుకటంబు గడచి యెడ గలుగ నిలిచి రాహు[1]నిగ్రహవిరాజితభానుండునుంబోలెవెలుంగుచున్నంత బలంబులు దెలిసిన.

ఆ. కౌరవేశ్వరుండు • గను విచ్చి దిక్కులు
గలయఁ జూచి పార్థుఁ • గాంచి కడఁగి
యదరఁ జూచుటయును • నమరనదీసూనుఁ
డతని కిట్టు లనియె • నల్లనగుచు.

క. ఇంత యెఱుంగవు సైన్యము
లింతపడిం దలబు చీర • లెఱుఁగక మోహా
క్రాంతంబు లయ్యెఁ బని దెగుఁ
గౌంతేయుఁడు పోరఁడుగాని • క్రౌర్యంబునకున్.

---

1 గ. గ్రహణ.

క. మెడ యొఱగఁ జేతికైదువు
వడ నిను నీ వెఱుఁగ కున్న • భంగి గనియుఁ గ
వ్వడి యూర కుండు నటె చె
ప్పెడుకొలఁదియె వానికరుణ • పెంపు కుమారా.

వ. అతఁడు మన ప్రాణంబులపై రానొల్లక విడిచిన మన మింతట విఱుచుట కార్యంబు.

ఉ. మోహనబాణపాతమున • ముందలచీర లెఱుంగ కున్న యీ
బాహుబలంబుతోఁ గడఁగి • పార్థునిఁ దాఁకెడుబుద్ధి గ్రమ్మఱన్
సాహసవృత్తిఁ జేసి యవి • చారతఁ బోయితిమేని వాఁడు పూ
ర్ణాహుతి సేయఁడే మనల • నందఱ నొక్కట మార్గణాగ్నికిన్.

వ. కావున.

క. మనదేశమునకుఁ బోదము
మన మల్లన తెరువు పట్టి • మత్స్యవిభువిగో
ధనముఁ గొని యతఁడు ప్రీతిం
జనుఁగా కటు మనకు నంత • చల మేమిటికిన్.

—• దుర్యోధనుఁడు పరాజితుండై మరలి తనపురంబునకుఁ బోవుట •—

వ. అని చెప్పినపితామహుహితవచనంబు లాకర్ణించి సంగ్రామాతిశాయియుం గోపాటోపఘూర్ణమానమానసుండు నగునమ్మానవేశ్వరుండు నిట్టూర్పు నిగిడించి యుద్రేకంబు దక్కి నిలిచెం దక్కటివారలు నూర్జితం బగు [1]నర్జునానలంబు వాలోకించి ధార్తరాష్ట్రరక్షణతాత్పర్యంబున శౌర్యంబు సాలించి భీష్మవాక్యప్రకారంబు సేసి రిట్లందఱు ముందర

1 క. నర్జునాననంబు.

దమవచ్చినవంకన తిరిగి యరుగుచున్నం గని కిరీటి శంఖరవజ్యానాదంబులు సెలంగఁ గొండొకదవ్వు వెన్నడిం దఱిమి విరుదులతోడి గొడుగుల్లు పడియాలంబులతోడిసిడంబులును వైపించుకొని తృప్తింబొంది మ్మరలువాఁడై యెల్లవారును వినం బెద్దయెలుంగునం బోయివచ్చెదనని చెప్ప గాంగేయద్రోణకృపాచార్యులకుఁ బ్రణామబాణంబు లేసి వారి వీడ్కొనినవాఁడై మిట్టకోలల రారాజుమకుటంబుమణులు డులిచి యతనికిం జెప్పినవాఁడై యఖర్వబాహాగర్వనిర్వహణంబుమెఱయ నప్పుడు మధ్యందినమార్తాండప్రచండుం డగుచుండఁ గౌరవవీరు లతనిం దేఱి చూడనుం జాలక చని రతండును జూపఱం దోలి నిలిచిన [1]మదపుశేనంగుచందంబున నిలిచి విరాటతనయున కి ట్లనియె.

ఆ. పసులు మరలె శత్రు • బలములు పీనుంగు
పెంట లయ్యె రాజుఁ • బెద్దదొరలుఁ
జీర లొలువఁబడిరి • సిగ్గఱి విరుదులు
వైచి రింక మగుడ • వలదె మనకు.

క. హయముల మరల్పు మీత
ల్లియు బంధులు నెదలు సంచ • లింప గుమురు గ
ట్టి యెదురుసూతురు వారికిఁ
బ్రియముగ శీఘ్రమ్మునం బు • రికిఁ బోవలయున్.

వ. అనిన నతండు రథంబు మగిడించినం జని చని

తే. క్రొల్లు తక్కుఁ జవారలు • గలయఁ జెదరి
వెనుకఁబడిపోవనెడ్లఁ దన్నుఁ • గట్టియమునఁ

---

1 క. 'మదము నేమంగు' అనియె యన్నిప్రతులఁ జూపట్టెడి.

ప్రాణదానంబు వేఁడినఁ • బార్థుఁడభయ
హస్తమిచ్చుచు దయపెను • పారఁబలుకు.

వ. ఇట్లు నానావిధదీనదశాదందహ్యమాను లగుకృపణులం దనకృపామృతంబునం దడిపినం దేఱివారు దీవించుచుం బ్రణమిల్లుచుం బొగడుచుం బోవుచుండ ధనంజయుండు భూమింజయుం జూచి.

ఆ. కురుబలంబు గెలిచి • గోవుల గ్రమ్మఱ
దెచ్చుటెల్ల నీయ • దీర్ఘ బాహు
బలమకాఁగ నీవు • పలుకుము వెలిఁబుచ్చు
టుడుగు మధిపుపాల • నొందుదెఱఁగు.

క. అనవుడు నీచేసినయీ
పని వాచేఁ గాక యునికి • పతి యెఱుఁగఁటొకో
జనులు నిజము సేయుదురే
విను నెఱిఁగింపకయ చెప్ప • నేర్తునె పొసఁగన్.

వ. అని యుత్తరుండు మఱియును.

క. [1]నీ వలచినయప్పుడ ధా
త్రీవల్లభుఁ డెఱుగునట్టి • తెఱఁగు నడపెదన్
దేవేంద్రపుత్ర యే నన
గా[2]వేఱొకపేరుగలదె • కార్యము నడపన్.

వ అనువచనంబు లియ్యకొనుచుం జని శమీవృక్షసమీపంబున నిల్చి గాండీవాదిసాధనంబులు పూర్వప్రకారంబున నిక్షేపింపనియోగించి కపిధ్వజదేవదత్తకిరీటాది దివ్యపరికరంబుల సవినయంబుగాఁ బ్రార్థించి యంత

1 జ. నీ వలసిన 2 గ. వేఱొక్కఁడనె తలఁపఁ.

ర్ధానంబు సేయించి యెప్పటి సింహపతాక రథంబున బధింపం బనిచి విరాటతనయుండు నిజాయుధంబులు గైకొని రథికుం డయి వచ్చిన నట్లుగాఁ జేసి తొంటిచందంబునం దలచీర యలవరించుకొని సారథి యై సవ్యసాచి నొగ లెక్కి వట్టినసమయంబునఁ బురందరాది బృందారకులును దేవమునిసిద్ధగంధర్వాదులును పాండుప్రముఖరాజలోకంబును నాశ్చర్యహర్షాయత్తచిత్తు లయి సమరవిషయంబు లయినమాట లాడుచు నిజనివాసంబుల కరిగి రట నరుండు నుత్తరు నాలోకించి నీవిజయంబు పురంబున ఘోషింప గోపాలురం బుచ్చు మనిన నతం డది దెఱుంగుగాఁ గైకొనియట్లచేయ నిట్లు నిగూఢంబుగాఁ బట్టణంబునకుం జనుచుండ నంతకు మున్న మత్స్యమహీవల్లభుం డాహవజయదర్పితవాహినీపరివృతుం డై నగరంబు సొత్తెంచి. 231

తే. మందిరాభ్యంతరమున కా • నందలీలఁ
పాండుపుత్రులుఁ దక్కటి • బంధుజనులు
దానుఁ జని విప్రులును వని • తా[1]జనంబు
సేవ లొలుక సింహాసనా • సీనుఁ డయ్యె. 232

వ. ఇవ్విధంబునం దనవిజయంబు గొనియాడ వచ్చినవారినెల్ల నభినందించి యుత్తరుం డెచ్చట నున్నవాఁ డని యడిగి వారలవలనం గురునాథుండు భీష్మద్రోణకర్ణకృపాశ్వత్థామాదియోధవీరులు బెరసినబలంబులతోడనడచి యుత్తరంబునఁ బసులం బట్టిన నతండు బృహన్నల సారథిం గాఁ గైకొని యొక్కరుండ కుయివోవుటవిని విషాదవేదనాదోదూయమానమానసుం డగుచు మంత్రులమొగంబు సూచి యిట్లనియె.

---

1 క. గణంబు.

-విరాటుఁ డుత్తరుఁడు కురుసైన్యంబు గెలువఁ బోవుట విని చింతించుట-

చ. అనమున మీఁ దెఱుంగక మ • హాగ్రహవృత్తిఁ గడంగి చెచ్చెరం
బసులకుఁ గూయిగాఁ జనియెఁ • బాపఁడు కౌరవసేన యేడ యొం
టి ననుట యేడ నాకిది గ • డింది విచారము పుట్టె సైన్యముల్
వెసఁ జని తోడు గావలయు • వేగమ పంపుఁడు సాలునట్లుగన్. 234

చ. అనుటయుఁ గంకుఁ డిట్లనియె • నక్కడ వచ్చి సుశర్మ యోడెఁ గా
వున నిట వీరికిన్ జయ మ • వున్ వెఱ పేటికి నీకు నుత్తరుం
డని నొకరుం[1]డు నాకుము బృ • హన్నల సారథిగాన గెల్చు న
య్యనిమిషకోటి నైన నతఁ • డద్భుతవిక్రమజృంభణంబునన్.

చ. అన వినుచుం గలంగుహృద • యంబునఁ దాపము నివ్వటిల్ల వి
ట్లను మఱియున్ విరాటుఁడు ర • ణావనియందుఁ ద్రిగర్తసేనచే
ననయము నొచ్చినట్టి జను • లందఱుఁ దక్కఁగ [2]నేటుఁ బోటుఁ దా
కని ఘనయోధకోటి చనఁ • గా వలయున్ [3]బలుమై రయంబునన్.

క. చని యక్కుమారుఁ డే మ
య్యెనొ యత్తెఱఁగెఱిఁగి మనకు • నెఱిఁగించుట పు
ట్టినకార్యమునకుఁ దగియెడు
పని యట విధి గెలువ [4]వసమె • బ్రహ్మకునైనన్. 237

వ. అనుచు నుత్తలపడునయ్యవసరంబున నుత్తరుండు పుత్తెంచిన గోపాలురు పఱతెంచి యతనిం గాంచి. 238

---

1 'దనాకుము' అని నాల్గు ప్రతులపాఠము. 2 అ. నాటెఁబోటు.
3 క. బలుపై, గ. బలమై. 4 జ. వగునె.

చ. కురుబలమున్ జయించి మన • గోవుల నెల్లను గ్రమ్మఱించి యు
త్తరుఁ డిదె తాను సూతుఁడు ను • దగ్రత వచ్చుచు నున్నవాఁడు త
త్తురగరథధ్వజాలి నొక • త్రుప్పుడు రాఁదు మమ్ముఁ దిల్చి వే
పురి ‡నెఱిఁగింపుఁడన్న నృప • పుంగవ వచ్చితి మేము నావుడున్.

తే. అంతరంగంబు నిండి రెం • డలావులందు
వెడలుసంతోషపూరంబు • విధము దోఁపఁ
గన్నుఁగవ సమ్మదాశ్రులు • గడలుకొనుచు
గండపులకాంకురములతోఁ • గ్రమ్ముదేర 240

క. ఏమేమీ యని గోప
స్తోమముఁ బలుమాఱు నడుగు • చున్ మెయి వొదలన్
భూమీశుఁ డపుడు మంత్రుల
మోములు గనుఁగొని సగర్వ • మున నిట్లనియెన్.

శా. వీటన్ వీథుల నెల్ల నేనుఁగులపై • విస్ఫారఘంటాధ్వనిం
జాటం బంపుఁడు పేర్మి నుత్తరుజయా • శ్చర్యంబుఁ బుణ్యాంగనా
కోటిం బుచ్చుఁ డెదుర్కొనంగ మహిత • క్షోణీసుర వ్రాతమున్
ఘోటస్యందనవారణవ్రతతులం గూడన్ సతూర్యంబుగన్. 242

క. ఉత్తమ కన్యాజనములు
నుత్తరయును గంధమాల్య • యుక్తముగఁ గుమా
రోత్తము నెదుర్కొనం దగు
నత్తెఱఁగున సంఘటింపుఁ • డభిరామముగాన్. 243

వ. అని నియోగించి గోపాలురకుం గట్టనిప్పించి కంకు నాలోకించి నెత్తం
బొకపలుక యాడుదమే యని యుబ్బుమైమాటగాఁ బలికిన నతండు

‡ గ. కెఱిఁగింపు.

నీవు ¹సుమాళంబున నున్నవాఁడవు నేఁడు నీతోడ నాడి జయింప రాదు వెఱతు నవిన విరాటుండు నగుచుఁ దత్ప్రదేశంబున మెలంగు సైరంధ్రిం గనుంగొని సారెలా దెమ్మని పనిచి పలక ముందటికిఁ దిగిచి కొనుచు నిందు రమ్మనవుడుఁ బాండవాగ్రజుండు జూదంబాడుట యెంత లెస్స యనుచుం జేరి యాదం దొడంగునప్పుడు మఱియు నిట్లనియె.

ఆ. జూద మాడి ధర్మ • సూనుండు రాజ్యంబు
ననుజులను బ్రియాంగ • నను బణంబు
గాఁగ నొడ్డియాడి • కొఱియఁ బడఁడె య
ట్లగుట ²దీనితోడి • యర్థి గీడు. 245

వ. అని పలికి యాధుఘుండు సమయంబున.

మ. నరనాథుండు ప్రమోదసంపదుదితో • న్మాదంబుమై నిట్లనుం
గురుసైన్యంబుల ముట్టి గెల్చి యెలమిన్ • గోవర్గముం దెచ్చె ను
త్తరుబాహాబలశౌర్యసారము లుదా • త్తంబుల్ గదే యెందు వె
వ్వరు నెక్కాలము నిట్లు సేసిరె కులై • శ్వర్యం బవార్యంబుగన్.

వ. అనిన విని కంకుం డతని కిట్లనియె.

చ. కురుపతిభీష్మకర్ణకృప • కుంభజముఖ్యమహోగ్రయోధవి
స్ఫురణము నోర్వఁ జాలి రణ • భూమి భుజాబల ముల్లసిల్ల ను
త్తరుఁడ జయించెనేని వసు • ధావరయింతటికంటె నింక న
చ్చెరువును గల్గునే ధరఁ • బ్రసిద్ధికి నెక్కఁడె యాతఁ దొక్కఁడున్.

తే. అనినఁ గటకటఁబడి యిట్టు • లాడు టెల్ల
నతనివిజయము సందియ • మనుటగాదె

---

1 క. సమాణంబున. 2 క. దీనితోడి • దధిప కీడు.

యింతవట్టును సైరించి • తీవు గాన
యింక నీమాట లుడుగుము • కంకభట్ట.

వ. అనుచు విరాటుండు గటంబు లదరఁ గన్నులఁ గెంపు గదురఁ బలుక
చప్పు డగ్గలంబుగా వాడుచున్న సరకుసేయక యుధిష్ఠిరుండు వెండియు
ని ట్లనియె. 251

చ. కురుబల మేల దైత్యసుర • కోటులు వచ్చిన గెల్వ రాదె యు
త్తరునకు నాబృహన్నల ర • థంబుపయిం బరవాహినీభయం
కరభుజసారమున్ మెఱయఁ • గాఁ దటి గాంచితి వంచు విక్రమో
ద్ధురగతి నాజికేలివిర • తుండయి దుర్దమలీల నుండఁగన్. 252

వ. అనిన విని సక్రోధహాసోల్లాసవికృతాననుం డై మత్స్యమహీనాథుండు.

ఉ. వింతలు సాల నీవలన • వింటిమి గావి దరిత్రి నెందు నే
మింతకు మున్న సారథుల • నెవ్వరిఁ జూడమె వైరివీరదు
ర్దాంతభుజావిలాస మల • రం దెగి పోరుల వప్రుశత్రువి
క్రాంతిఁ గడంగువారి నని • కన్నుల విష్ఫులు రాలుచుండఁగన్. 254

క. నాకొడుకుపోటుమాటలు
నీ కేటికిఁ బొసఁగ నాడ • నేరవు మాత్స్యో
ద్రేకములఁ బలుకుచుండుట
మాకు సహింపంగరాదు • మానుము విప్రా. 255

క. అనినం జలమునఁ గుంతీ
తనయాగ్రజుఁ డిట్టు లనియె • దరహాసం బా
ననమున ముసుఁగువడఁగ న
జ్జననాయకుతోడ విట్ల • శంకితభంగిన్. 256

ఉ. ఆహవకేళి వేడుక బృ • హన్నలచి త్తమునం [1]దెలర్చినన్
సాహసవృత్తి మ త్తరుని • సారథిగాఁ గొనిపోయి కౌరవ
వ్యూహము నోర్చి నీపసుల • నొక్కఁడుఁ దక్కక యుండ సత్వరో
త్సాహతఁ దెచ్చెఁ గా వలయుఁ • దప్పదు నాపలు కట్ల చూడుమీ.

క. అని యంతట నిలువక య
మ్మనుజేశ్వరుమొగముఁ జూచి • మఱియును నతఁ డి
ట్లనుఁ బురములోనఁ జాటం
బనుపు బృహన్నల జయంబు • భవ్యవిచారా. 258

—• విరాటుండు కంకుని సారె గొని వ్రేయుట •—

ఆ. అనిన రౌద్రరసము • మనమున నడరంగఁ
బడగ యెత్తునురగ • [2]పాలురేఖ
నెనయుచేతిసారె • గొనివ్రేసెఁ బతి [3]పేది
గడన యుడుగు మన్న • నుడుగ ననుచు 259

వ. ఇవ్విధంబున వ్రేటువడి యజాతశత్రుం డలుక గదురనిహృదయంబు బాంచాలిదెసం జూడ్కి మలఁగ నూర కుండె నన్నారీరత్నంబును రయంబునం జేరి వ్రేటుగంటిం దొరఁగురుధిరంబుఁ దన యుత్తరీయంబున మెత్తన యొత్తి యచ్చేరువ నున్నకనకకలశజలంబులం గరతలంబు దడిపికొని తుడుచునప్పుడు మత్స్యమహీవల్లభుం డీశోణితంబు పై చీరం బట్టుటకు గతం బేమి యని త న్నడిగిన నతని కి ట్లనియె.

1. క. దలిర్చినన్.
2. క. పాలరేఖ.
3. యన్న, గళను నుడుగు ,,,, నుడుగఁ డనుచు.

తే. విమలవంశంబునను బుణ్య • వృత్తమునను
వఱలునీతవిరక్తంబు • వసుమతీశ
ధరణిపై నెన్నిబిందువుల్ • దొరగె నన్ని
[1] వర్షములు గల్గు నిందనా • వర్షభయము.

వ. అని చెప్పి యుత్తమద్విజలోహితపాతం బెట్టునం గీడు గావున నీకు నొకహాని పుట్టుటకుఁ జాలక యిబ్బంగిం జేసితి నని వెండియుఁ గొం దొక కీలాలంబు దొరఁగం దొరఁగం దుడుచు చుండె నంతనట యుత్తరు నెదుర్కొనం బోయి, 262

క. మంగళతూర్యరవములు పె
లంగగ మౌక్తికవిమిశ్ర • లలితాక్షతవృ
ష్టిం గురిసిరి విప్రులుఁ బు
ణ్యాంగనలును భద్రవాక్య • యంబులతోడన్. 263

ఉ. అత్తఱిఁ గన్యకాజనస • హస్రము దానును జేరి వేడ్కమై
నుత్తర చందనార్ద్రికుసు • మోత్కరమున్ నవరత్నసంచయో
దాత్తసువర్ణపుష్పములు • దండడిఁ జల్లెఁ గిరీటిమీఁద స
య్యుత్తరుపైఁ బ్రమోదకల • నోత్కటసంభ్రమసంభృతంబుగన్.

ఉ. తక్కటివారలుం గవి ము • దం బలరారఁగఁ గౌఁగిలించుచున్
మ్రొక్కుచు నాదటం దనదు • మోముపయిం దవివోవిచూడ్కులం
గ్రిక్కిఱియించుచుం బొదివి • గెల్పు నుతింపఁగ రాజపుత్రుఁ డ
[2] య్యెక్కుడుమాట కోరువక • యిట్లను నర్హజనంబుతోఁ దగన్.

1 జ. వర్షములగు ననావృష్టి • వలనిభయము.
2 గ. యెక్కువమాట.

చ. కురుబలముఁ జయించుటయు • గోవులఁ దెచ్చుటయున్ బృహన్నలా
స్ఫురితభుజాబలంబునన • చూచె నిజం బిది నాక యేల యె
వ్వరికిని [1]నెవ్వరిం గెలువ • వచ్చున యిట్టిసహాయసంపదం
బొరయక యున్నమీ కెఱుఁగఁ • బోలునె నాబ్రదు కెట్టిభంగియో. 266

వ. అని సారథ్యప్రశంసాప్రకారంబుగా నక్కుమారుం డత్యుపచారవచనంబుల చందంబున సంక్రందననందను నుతించుచు జనుదెంచి రాజమందిరద్వారంబుఁ జేరునవసరంబునఁ బ్రతిహారి ససంభ్రమగతిం జని భూవల్లభునకుం బ్రణమిల్లి భూమింజయప్రవేశంబు తెఱంగు విన్నవించిన నారథికసారథులం జూచువేడ్క మనంబు వేగిరపెట్టెడు నయ్యిరువుర నియ్యెడకుం బయ్యనఁ దోడితెమ్మను విభుని పలుకులు విని ధర్మతనయుండు పడిహారితో ని ట్లనియె. 267

క. ఇన్నుత్తరు గనుగొనిన బృ
హన్నల కోపించువన్ను • నతిభక్తిమెయిన్
మన్నించుఁ గాన రాజుల
దన్నువిచారింప కేమి • [2]దప్పు దలఁచునో. 268

వ. ఇది తెప్పగాఁ దుడుచునంతకుఁ దదీయప్రవేశం బించుకవడి వారింపుము పదంపడి రావిత్తు గాని యంతకు నుత్తరుం డొక్కరుండు వచ్చునట్లుగాఁ జేయుము.

క. అనిచెప్పి హర్షసంభ్రమ
మున నజ్జననాయకుండు • మునుఁగుట నదియే

---

1 క ఖ. నెవ్విధిం గెలువవచ్చునె....బొరయఁగఁ గన్న, గ ఘ. గెల్వ వచ్చునెవారక....బొరయఁగఁ గన్న, 2 క. దప్పఁ,

మని యడుగఁ దలంపమిఁదన
కను వై కార్యము ఘటించి • యతనిం బుచ్చెన్. 270

చ. అతఁడును బార్థు విల్పి విస • యంబున నుత్తరుఁ దోడితెచ్చినం
బితృచరణాంబుజంబులకుఁ • బ్రీతిమెయిఁ బ్రణమిల్లె నాతఁడా
పతియునుఁ జిక్కఁ జేర్చి గరు • పాఱెడు మేనును హర్షబాష్పసం
ప్లుత మగునాననంబు నయి • పుత్రునిఁ బెద్దయుఁ బ్రొద్దు గౌఁగిటన్.

వ. ఇవ్విధంబున నాలింగింతుం డయి భూమింజయుండు పునఃపునఃప్రణామంబు పేసి కంకునిం గనుంగొని సగౌరవంబుగా నమస్కరించి మొగంబు గంటి సూచి యిదియేమి యని యడిగిన. 272

క. ఏనీవిజయము వొగడఁగఁ
దానప్పుడు పేడిఁ బొగడె • దానం గోపం
బూనిన సైరింపక నా
చే నడిచితి సారె గొని వి • శృంఖలవృత్తిన్. 273

క. అని పతి పలికిన విని నె
మ్మనమున భయసంభ్రమములు • మల్లడిగొన న
మ్మనుజేంద్రనందనుం డి
ట్లను సత్యాదరము మెఱయ • నాతనితోడన్. 274

తే. తప్పు సేసితి రిట్టులు • దగునె వీర
లేమిగతిఁ బల్కినను నది • యెల్ల మనము
గై గొనవలయుఁగాకిట్లు • గాదు గూడ
దని నిషేధించుటొప్పునె • మనుజనాథ.

వ. అని మఱియును.

క. సవినయముగఁ బ్రార్థింపుఁడు
పవిత్రచారిత్రులైన • పరమద్విజు లి
ట్లపమతులై కోపించిన
నవనీశుల కేల కల్గు • నాయువు సిరియున్. 277

వ. అనిన విని యమ్మాటలు పాటిగాఁ బట్టి విరాటుండు భయభక్తియుక్తం బుగా వేఁడికొనియెం బాండవాగ్రజుండు నగుచు నాకు నలుక యెక్కడిది యితండును గీడుతెరువువాఁడు గాఁ డిది యొకప్రొద్దు[1] కీడున నయ్యెం గావి యని తాను రాజుదెసఁ బ్రసన్నుం డగుట దెలియునట్లుగా నుత్తరు తోడం బలికిన నమ్మహీవల్లభుండు సంతసిల్లి తదవసరంబునఁ బ్రవేశించి కాంచిన యాబృహన్నల నాదరించి నిటనందను నాలోకించి యిట్లనియె.

— విరాటుఁ డుత్తరుని సమరప్రకారం బడుగుట —

ఉ. ద్రోణుఁడు భీష్ముఁడుం గృపుఁడు • ద్రోణసుతుండును గర్ణుఁడుం బరి
త్రాణ పరాయణత్వమున • దర్పసముజ్జ్వలభంగి నుల్లస
ద్బాణపరంపరల్ గురియఁ • బార్థుఁడు వెసు దన్ని చూడు న
క్షీణజవంబునం గవియు • సేనకు మార్కొన నగ్గలించితే. 279

ఉ. బాసట లేదు క్రొవ్వడర • బంటుతనంబునఁ దాఁకితేనియుం
బాసినచోట వాయఁ బెఱ • పట్టులవీరు లుదగ్రవృత్తిమై
మూసికొనంగ వత్తు రొక • మోహర [2]మమ్ముల మ్రగ్గనేని నా
సాసల నొక్కరుండ యను • నాగ్రహవృత్తి బలంబు పైఁబడున్.

ఆ. ఒకఁడు పరశురాము • నోర్చినవాఁడొక్క
రుండు ధనువునకు గు • రుండు దాన

1 గ. కారణంబున, జ గుణంబున. 2 అ బిమ్ముల మ్రొగ్గనేని.

హరువరమునఁ బుట్టి • యక్షీణబలవిక్ర
మముల నొక్కఁ డొప్పు • మాఱు లేక. 281

ఉ. తక్కటివారలుఁగా సుతల • దైత్యుల నైనను ఘోర గెల్వవా
రక్కురుసేన మేటిమగ • లా ధృతరాష్ట్రతనూజు లాజి నా
క్కొక్కఁడ ధాత్రి యంతయును • నోర్వఁగఁ జాలుదు రట్టివారి నీ
వెక్కటి దాఁకి నొవ్వకయు • నెమ్మెయి గెల్చితి నాకుఁ జెప్పుమా.

ఉ. గోవుల నెట్టు [1]లాఁగితి వ • కుంఠితవిక్రముఁ డైన రాజరా
జేవిధి మానభంగమున • కెల్లను నోర్చి పలాయమానుఁ డై
నీవిజయంబు సైఁచి ఘన • నిందకు నియ్యకొనంగఁ జాలెఁ బు
త్రా వెఱఁ గయ్యెడున్ రణవి • ధం బఖిలంబు నెఱుంగఁ జెప్పుమా.

చ. అనవుడు నాతఁ డిట్లనియె • నక్కురుసేనల నేను గెల్వ గో
ధనమును నే మరల్ప మన • దైవబలంబునఁ జేసి దేవసం
జనితుఁడు నాఁగ నర్హ మగు • చందమువాఁడు మహాత్ముఁ డొక్కఁ డిం
డని ననుఁ గాచెఁ గౌరవుల • నందఱ గెల్చె మరల్చె గోవులన్.

వ. అత్తెఱంగు వివరించి విన్నవించెద నవధరింపుము. 285

తే. ధూళిపెల్లుగ నెగయంగ • నేలగోడి
వడఁగఁ జనుమూఁక గని వడు • వడ వడంకి
పాఱుదేరంగ నమ్మహా • భాగుఁ డప్పు
డోడ కోడకు మని నన్నుఁ • గూడవచ్చి. 286

వ. పట్టుకొని మగుడం గొనిపోయి రథంబుపై బెట్టిన నే నతనియాజ్ఞకు
మిగులకుండితి. 287

---

1 లీఁగితి

ఉ. కౌరవసేన గోగణముఁ • గైకొని పోవ నతండు ముట్టి యం
దారసి రాజుఁ గానక యు • పాంతమునం దొలఁగించి వేగ నా
తేరట దోలి యడ్డపడి • తీవ్రశరంబుల నబ్బలంబుదు
ర్వారరయంబు మాన్పి పశు • వర్గము నిద్దెస వెల్పె నార్చుచున్.

ఆ. చెదరకుండఁ బసులఁ • బొదివి యించుకమేర
యిక్కడరుగుదెంచి • యెలమి మగిడి
కడచిపోవుచున్న • కౌరవపతి ముట్ట
నడరినంత సేన • లతనిఁ గూడె. 289

మ. కురురాజున్ సబలంబుగాఁ గవిసినన్ • ఘోరాహవం బయ్యె నం
దరదంబుల్ నుఱు మయ్యె నశ్వములు ను • గ్గయ్యెం గరివ్రాతముల్
ధర దంతంబుల యూఁతగా నొఱగె ను • ద్యద్బాహుదృప్యద్భటో
త్కరముల్ దిట్టినయట్లు గూలెఁ గలయం • దద్బాణపాతంబులన్.

క. శత్రుంతపాదు లగు నృప
పుత్రులుఁ బేరు గలయోధ • పుంగవులును ద
చ్చిత్రశరవిహతి సంగర
ధాత్రిఁ బడిరి వారి నెన్నఁ • దరమై యుండున్. 291

తే. మొదలు దెరలినఁ గర్ణుండు • ముంచి తాఁక
నమ్మహావీరుఁ డాతని • [1]తమ్ముఁ జంపి
హరుల నొప్పించి సూతు నో • నాడ నేసి
యంగముల బాణములు నించి • యతనిఁ బఱపె. 292

1 అ. అనుజుఁ

క. గురుఁడు దలపడిన నతఁ డ
చ్చెరువుగ దివ్యాస్త్రవితతిఁ • జిక్కుపఱిచి త
ద్వరసుతుఁడుఁ గృపుఁడుఁ దాఁకినఁ
దెరలిచి భీష్మునకుఁ గవిసె • దృఢరభసమునన్.

మ. అతనిం దీవ్రశరంబులం బొదివి నా • నాస్త్రంబు లేసెన్ నదీ
సుతుఁడుం దత్సమయంబునం గినిసి యా • శూరుండు చాపంబు ద్రుం
చి తదీయాంగము నొంచినన్ వివశుఁ డై • చేడ్పడ్డచో సూతుఁ[1] డు
ద్ధతిభీతిం దొలఁగంగఁ దోలె రథముం • దత్ప్రాణరక్షార్థి యై. 294

క. తమతమబలములతో ని
ట్లమితభుజావీర్యులైన • యారథికవరుల్
గ్రమమునఁ ద[illegible]డి యోడిన
సమరవిహారమునఁ దనివి • సనక యతండున్. 295

మ. ధరణీనాథుఁడు దానుఁ దమ్ములును దు • ర్దాంతోద్ధతిం గూడి మో
హర మత్యూర్జితభంగి నేర్చికొని యు • ద్యద్విక్రమం బొప్ప బం
ధురసంరంభత నున్నఁ జూచి [2]బలత • ద్దోస్తంభలీలాభయం
కరరేఖావలమానచాపుఁ డయి వీఁ • కం దాఁకె నా సేనతోన్. 296

క. కౌరవపతియనుజన్ముల
దూరమునన్ విశిఖనిహతిఁ • దొలఁగ నడియుచుం
జేరి వికర్ణునికరి నొక
నారసమునఁ గూల్చి కదిస • నరపతి నొంచెన్. 297

---

1 జ. దుద్ధత, 2 గ. ప్రచలద్దో.

తే. రాజు నొచ్చిన విఱిగిరి • రథికవరులు
విభుఁడు దోడన తిరిగెను • వీఁకఁ దపుడు
[1]దోలి నూచిక్కుమూఁకల • తోఁతఁ గూడ
నతని దవ్వుల [2]నడవికి • నడిచి మగిడె. 298

వ. ఇది యమ్మహాపురుషుచేసిన [3]విధం బనిన విని యచ్చెరువంది విరా
టుండు. 299

ఆ. ఆతఁ డెవ్వఁడొక్కొ • యమ్మహాత్మునిఁ గనుం
గొనఁగఁ గౌఁగిలింప • వినయమొప్ప
నర్ఘ్యపాద్యవిధుల • నర్చింప భక్తిసం
యుక్తి నెపుడుఁ గొలిచి • యుండవలయు. 300

క. ఎచ్చోట నున్నవాఁ డతఁ
డిచ్చోటికి నేల రాఁడొ • యిప్పు డనుడుఁ దా
నెచ్చట నంతర్హితుఁడై
యిచ్చఁ జనియెఁ దోఁచు నేఁటి • యెల్లిటిలోనన్. 301

ఉ. దేవకుమారకుండ యగుఁ • దేజముచందము సూడ నాతఁ డీ
గోవులఁ గ్రమ్మఱించుటకుఁ • గూడినయంతియ కాదు నాకు సం
భావనసేయువత్సలత • భంగులఁ దా మనవంశ మంతయుం
గావను బ్రోవనుం దలఁపు • గల్గుట దెల్లము సేసె నెంతయున్. 302

వ. అని చెప్పి యుత్తరుం డతనిం బ్రమోదాయచిత్తుం జేసె నట్టిసమయం
బునఁ గౌంతేయాగ్రజుండు ముఖప్రాంతంబు పై చీరచెఱంగునం దొడిచి
కొని ధనంజయునిఁ జక్కం జూడక యుండె విరాటుండు కిరీటిపరాక్ర

---

1 క ఖ. యుడిచిక్కు, 2 అ. నడిమికి, 3 గ. పౌరుషం.

మంబు క్రమంబున నిట్లు దనతనయునివలన వినియునుం దెలియక యెప్పటినపుంసకత్వబుద్ధితోడన సంభావించి పోవం బనిచిన బృహన్నల యును జతురంబుగాఁ బలికి తిదియతెఱంగు ధర్మనందనునకు వింతకు మిక్కిలి యెఱింగింపకుండునది యని వైరాటితో వల్లనచెప్పుచుంజనియె నజ్జననాయకుండును గంకునిం బొమ్మని యుచితపరివారవృతుం డయి భూమింజయు నంతిపురంబునకుం దోడ్కొని యరగి సుదేష్ణాసందర్శన సమాచరణంబు నడపి యతం డడుగఁ ద్రిగర్తపతి నోర్చిన తెఱంగెఱిం గించె నటవరుండు నాట్యశాలకుఁ బోయి. 303

—• అర్జునుఁ డుత్తరకు బొమ్మపొత్తికలుఁగా గురువీరుల
శిరోంబరంబు లిచ్చుట •—

తే. చెలులుఁ దానును నుత్తర • యెలమిఁ దన్నుఁ
గాంచుటయుఁ బ్రీతి యెసలార • గారవించి
బొమ్మపొత్తిక లడిగితి • కొమ్మ యింద
మనుచు నిచ్చెఁ దాఁ దెచ్చిన • యంబరములు. 304

వ. ఇవ్విధంబునఁ గృతకృత్యుం డయి యథాపూర్వంబుగా మజ్జనభోజనంబులు సలిపి ధర్మతనయునివాసంబునం దేకాంతస్థలంబునఁ దా రేవురును ద్రౌపదియును గూడఁబడునట్టితెఱంగు సంఘటించి సమాగమసముచిత ప్రకారంబు నడపి గోగణనివర్తనంబును రణప్రవర్తనంబును నన్యోన్యవిదితం బైనయనంతరంబ యగ్రజు నుద్దేశించి బీభత్సుండు భీమసేనున కిట్లనియె. 305

క. మొగ మెప్పుదు నా దెస నీ
జగతీనాథునకు నే వి • చారించియునుం

దగ దీనికిఁ గారణ మిది
యగు నని యేర్పఱుప నేర • నయ్యెద నెట్లున్.

వ. అనిన విని యుధిష్ఠిరుం డతని కి ట్లనియె. 307

క. ఒండేమియు లేదు విరా
టుం డాత్మతనూజుఁ బొగడు • డును దుర్దమదో
ర్దండత గల్గుబృహన్నల
యుండఁ జొఱఁత యేమి పగఱ • నోర్చుట కంటిన్.

ఆ అనినఁ బేడిఁబొగడె • దని యవివేకి య్యై
కోప మడర సాఱె • గాని యతండు
వ్రేసె నెత్తు రపుడు • వెడలఁ బోయినఁ జీరఁ
గప్పికొంటి నీవు • గానకుండ. 309

క, అని చెప్పి గంటి సూపిన
ననిలతనూభవుఁడు గనలి • యాదుష్టాత్మం
దనయాదిబంధుహితముగ
ననిచెద జముప్రోలి కనియె • నంగము వొంగన్. 310

వ. కిరీటియుం గోపించి.

క. తనకొలఁది యెఱుంగనియ
మ్మనుజాధము నిపుడ పట్టి • మర్దింపక త
క్కిన గాదు వీనిరాజ్యము
నిను వంతయుఁ జేరుఁ గా క • నియె ధర్మజుతోన్.

చ. అనవుడు నాతఁ డిట్టు లను • నక్కట యింతకు ముంద రేమియున్
మనల నెఱుంగఁ డవ్విభుని • మాటునఁ బూనిన దీర్చికొంటి మా

తని శోకయెగ్గు సేఁత యుచి • తంబె యెఱింగెదునట్లు గాఁగఁ బో
యినఁ గనియెఁ దురుద్ధతి వ • హించినఁ జూతము గాక పిమ్మటన్.

వ. అని పలికి వారల[1]కందు మాన్పి యిది యట్ల కాక యొండు దగునె
యనుచుఁ దక్కినవారిదెసయుం గనుంగొనిన నెల్లవారు నుపశమించిరి
తదనంతరంబ తమ్ము నెఱింగించు తెఱంగు దలపోసి వా రందఱు
విరాటుకొలువుకూటంబునకుం బోయి బయలు మెఱసి యుండువారుగా
నిశ్చయించి యారాత్రి గడపి వేగుటయుం గృతస్నాను లయి పాండు
సూనులు సమయవిహితాచారంబులు నడపి యుచితప్రకారంబున. 314

క. తెలుపు లగుచీరలను బూఁ
తలఁ బువ్వుల నొప్పి రాజ • తనయానుగుణో
జ్జ్వలమాననీయవేషము
లలవడఁ గూడుకొని నగరి • కరిగిరి ప్రీతిన్. 315

క. చని ధర్మసుతుఁడు సింహా
సనమున భీమాదు లాత్మ • సముచితరుచిరా
సనముల సభాస్థలిం గయి
కొని పంచాగ్నులనుబోలెఁ • గూర్చున్నంతన్. 316

తే. వేడ్కఁదొడిపూసికట్టి య • వ్విరటుఁ డుత్త
రుండు దోఁ జనుదేరఁగొ • ల్వుండుబుద్ధి
నచటి కేతెంచి కని విస్మ • యంబు నొంది
యెల్లిదంబుగఁ దలఁచుచు • నిట్టు లనియె. 317

క. ఇదియేమి కంక నీ వు
న్మదవృత్తివి కంక దక్కి • నాగద్దియపైఁ

---

1. కుందు.

బదిలంబుగఁ గూర్చుండితి
వదియును గా కిపుడు డిగ వ • హంకారమునన్. 318

వ. అనిన విని మందహాసంబు సేసి సంక్రందననందనుం డతని కిట్లనియె.

సీ. నడవిదీవియలు సేసె • నగరికి మాణిక్య
మకుటముల్ పూనిన • మనుజపతులఁ
దగునాజ్ఞసూయాణ • ముగ నొనరించె మం
చిగ నేలనాలుగు • చెఱఁగులకును
భీత్రార్థిజనముల స • చేతనత్యాగధ్వ
జములుగా నన్నిదే • శ ములఁ బఱపె
దిక్కులన్నింటను • దెలుపారుపూఁత గా
వించె నుజ్జ్వలయశో • విభ్రమంబు

తే. రాజసూయాధ్వరప్రవ • ర్తకుఁడు నిత్య
సత్యభాషామహావ్రత • శాలి పాండు
రాజదుగ్ధపయోనిధి • రాజు ధర్మ
రాజు సుమ్ము మత్స్యావనీ • రమణ యితఁడు.

ఉ. ఈతఁ డజాత శత్రుఁడు మ • హిం దగ దిగ్విజయంబు సేసె వి
ద్యాతిశయార్థి వాసవు మ • హాసన మైనను నెక్క వర్హుఁ డు
ద్ద్యోతితమూర్తి కౌరవకు • లోద్వహుఁ డార్యనికాయసంతత
ఖ్యాతచరిత్రు డీచిఱుత • గద్దియకుం దగఁడే నరేశ్వరా. 321

—• అర్జునుఁడు విరాటునకుఁ ద మ్మెఱిఁగించుట •—

వ. అనిన విని యతండు విస్మయసంశయంబులు మనంబున బెనంగొన నితండు ధర్మతనయుండయేని భీమార్జుననకులసహదేవులుం బాంచా

లియు [1]వేరి యని యడిగినఁ గవ్వడి యి ట్లనియె. 322

చ. వఱలుఁ దనంగ నీ నగర • వంటలవాఁ డయి నిల్చి వేడ్కఁ గుం
బులిఁ గరిఁ గేసరిం దొడరి • పోరఁగఁ బంచినఁ బోరు జెట్టిమ
ల్లుల విఱుచుం గడంగి ప్రబ • లుం డనఁగాఁ జరియించు చుండు వి
చ్చలవిడి భీముఁ డీతఁ డవి • షహ్యపరాక్రమదుర్దముం డనిన్. 323

తే. బకమహాసురు నిర్జించి • బ్రాహ్మణులకుఁ
బ్రీతిఁ గావించెఁ గిమ్మీరు • పే రడంచి
వనము నిష్కంటకము సేసె • ఘను హిడింబుఁ
గూల్చి యాతనిచెలియలిఁ • గొనియె నితఁడు. 324

క. నీమెచ్చు వారువంబులఁ
దా[2]మచ్చిగ నరయు నిత్య • తాత్పర్యమునన్
దామగ్రంథి యనఁగ నొక
నామము ధరియించె నితఁడు • నకులుం డధిపా. 325

క. శత్రునృపకాలకూటము
మిత్రామృతవృష్టి బుధప • మీహిత[3]సిద్ధి
క్షేత్రము సజ్జనసంస్తుతి
పాత్ర మితఁడు మాద్రితొలుత • పట్టి నరేంద్రా, 326

క. నీపాలికి వచ్చి నిఖిల
గోపాలకముఖ్యవృత్తిఁ గొలువు వడసి తం
త్రీపాలుఁ డనఁగ మత్స్య
క్ష్మాపాలక మెఱఁగు వీఁడె • సహదేవుండున్. 327

---

1 గ. నేరి, 2 జ. మెచ్చుగ, 3 క. సిద్ధ, గ. బుద్ధి.

క. సుకుమారమానసుఁడు గొం
తికిఁ బ్రాణము ప్రాణ మిత్రఁడు • తేజోగణ్యుం
డకుటిలుఁడు రాజనీతి
ప్రకారసంవేది వంశ • పావనుఁడు నృపా. 328

వ. అని యిట్లు ధర్మజభీమనకులసహదేవులం గ్రమంబునం జూపి చెప్పి
మఱియు ని ట్లనియె. 329

క. విను సైరంధ్రీవేషం
బున మాలిని యనఁగ బరఁగి • పూతచరిత్రం
బునఁ గేకయభూవరనం
దనకడ మెలఁగుసతి ద్రుపద • తనయ మహీశా.

క. ఆచపలాక్షికిఁగా మన
కీచకు లందఱును రాత్రి • గీటడఁచె రహ
స్యోచిత విధమున గంధ
ర్వాచరణము పేర భీముఁ • డతిభీమముగాఁ. 331

— • విరాటునకు భీముఁ డర్జును నెఱింగించుట • —

వ. అనియె నప్పుడు వృకోదరుండు. 332

సీ. షండరూపమునఁ బ్రి • చ్ఛన్నుఁ డై వచ్చి క
న్నియలకు నెల్లను • నృత్తగీత
వాద్యనైపుణ మన • వద్యశిక్షావిధి
నలవరించుచు బృహ • న్నల యనంగ
బరఁగునీతండు భీ • భత్సుండు సు మ్మని
చూపి యమ్మత్స్యరా • జునకుఁ జెప్పి

వెండియుఁ బలుకు నా • ఖండలు నోడించి
ఖాండవ మేర్చె నా • తండు దన్ను

తే. గారవించిన నెక్కటి • కాలకేయ
వర్గములఁ బరిమార్చె ని • వాతకవచ
సంఘములనోర్చె గంధర్వ • సమితిగెలిచి
ధార్తరాష్ట్రరాజుని చెఱఁ • దలఁగె నితఁడు.

వ. అనిన విని యద్భుతరసాక్రాంతం బగునంతరంగంబునం గలుగుసందే
హావేశంబువినయసంభ్రమంబుల నిగుడ నీ కునికిం జేసి చిక్కువడి
యున్ననిజజనకునకు నర్జునుం జూపి యుత్తరుం డిట్లనియె. 334

తే. ఈతఁ డింతకు మీకుఁ ద • న్నెఱుఁగఁ జెప్ప
వలవ దని నియమించినఁ • దెలియఁ బలుక
నలికి యొక దేవసన్నిభుం • డంటిఁ గాని
నిన్న యంతయుఁ దాఁ గదా • నిర్వహించె. 335

చ. ఒకరుఁడ తాను భీతి వెగ • [1]దొంచెదురెండవనన్ను నెట్టకే
లకుఁ దగఁ దేర్చునప్పుడు బ • లంబులతోఁ గురురాజు సూడ దా
నికి మది శంకలేమి మహ • నీయపరాక్రముఁ డైనయీకిరీ
టికిఁ జనుఁగాక యివ్విధము • దెప్పర మన్యుల కోర్వ వచ్చునే.

చ. తము నెఱిఁగింప యల్లనుచు • త్ప్రియభాషల నన్ను సూతకృ
త్యమునకుఁ జొన్ప నేను భ్రమ • దంబున [2]నప్పటి కియ్యకొంటిలో
కము సమరంబునట్ల యని • కయ్యముత్ప్రవతకుం దగంగ ర
థ్యములఁ జరింపఁజేత భర • మై తుదిఁ బల్మఱు నోహటించితిన్.

---

1 గ. దొందఁగ రెండవయేను, జ. దొంచెదు రెండవునేను-నెట్టకేలకు నన్నుఁ దేర్చు, 2 జ. వప్పని

క. మొగ మోడఁ డితఁడు కౌరవ
జగతీశుఁడు విఱిగినపుడు • జవమున వెనుకం
దగిలి యిది జూద మాడఁగ
నగునెడగా దఱుమ వలయు • నతనితోన్.

ఆ. అనిన నతఁడు వెఱపు • నత్యాదరంబును
సంతసంబు మాన • సమున బెరయ
నవయవముల సంభ్ర • మావేశ మేర్పడ
గారవమున విజయుఁ • గౌఁగిలించె. 339

క. వినయంబు మిగులఁ గుంతీ
తనయాగ్రజు పాదపీఠ • తలమున ఫాలం
బును బొందఁ జాఁగి మ్రొక్కియ
తని కౌఁగిలి వడసె సమ్మ • దము దళుకొత్తన్. 340

ఆ. ప్రీతి నలుమడింప • భీమునిఁ గవల నా
లింగనంబు సేసి • యంగకములఁ
బులక లెగయఁ గేలు • దల మోడ్చి ధర్మజు
నాననమున దృష్టి యడర నిలిపె.

ఉ. అత్తఱి లేచి వచ్చి తన • యన్నలఁ దమ్ములఁ గానిపించె న
య్యుత్తరు నర్జునుండు దగ • నొందఁగ నప్పుడు పిల్వఁ బంచె మా
త్స్యోత్తముఁ డార్యమిత్రసచి • వోత్కరసోదరవర్గపుత్రకో
దాత్తభటాదియోగ్యుల ము • దంబునఁ బాండదర్శనార్థమై. 342

వ. ఇట్లు సమస్తజనసమేతంబుగా ధర్మతనయ సేవాతత్పరుండై తదనుమతి సముచితరుచిరాసనంబున నుండి విరాటుం డంతఃపురవర్తులం బిలిచి యంతయు సుదేష్ణ కెఱింగింపం బనిచి పాంచాలిం దగిన తెఱంగున

గారవించునట్లుగా గాఁచె నట్టియెడ ధనంజయుం డి ట్లనియె. 343

తే. చాల దుస్తరమైన య • జ్ఞాతవాస
వత్సరంబు భవద్గర్భ • వాసగుప్తి
వలనఁ గడపితి మతి సుఖా • వాప్తచిత్త
వృత్తి నేము నిర్భయులమై • యిందులల్ల. 344

వ. అనిన విని విరాటుం డతని కి ట్లనియె. 345

ఉ. ఏ నన నేల యొక్కఁడనె • యి ట్లనఁగాఁ దగునయ్య యిమ్మెయిం
గానన దేశవాసములఁ • గాఱియ కోర్చి యడంగి యుండి మీ
పూనిక దీర్చి మీ రెలమిఁ • బొందుట యెల్లను బుణ్యదేవతా
నూనదయాసమృద్ధి నను • నొందుట గాదె సురేంద్రనందనా. 346

వ. అని పలికి ధర్మనందనుం జూచి.

చ. ధరణియుఁ బట్టణంబు హయ • దంతి రథంబులు గోవులున్ భటో
త్కరము నమాత్యవర్గమును • గాఁ గలరాజ్య మితండ యేలు ని
ర్భరమున నేనుఁ బుత్రులును • బంధులుఁ దమ్ములుఁ గొల్చియుండెదం
గరిపురి కెత్తునట్టిపని • గల్గిన నోపినయంత సేసెదన్.

చ. అని విని యుత్తరుండు దగ • నజ్జనపాలకుతోడ ని ట్లను
న్మన కొక రాజ్యముం గలదె • నన్నును నిన్నును నిన్న మొన్న వీ
రవితరసాధ్యశత్రువిజ • యంబునఁ గాచినయప్డు గల్గఁ జే
సినయది దక్కఁ దాని మఱి • సెప్పఁగ నేటికి వింతవింతగన్. 349

వ. అది సిద్ధం బట్ల చెల్లుం గాక యుంచుక విశేషంబు గలదు వినుము,

చ. సవినయవృత్తిఁ గొల్వ మిట • చన్నదినంబుల వీరు నీఱు పైఁ
గవిన నిప్పులట్ల యధి • కం బగు తేజము దోఁప కున్కి న

ట్టివిధము సాపరాధతను • డెందము లూఱటఁ బొంది యుండ నే
రవు మన కట్లుగాన తగఁ • బ్రార్థన సేయుట యుక్త మిత్తఱిన్.

వ అదియునుం గాక. 352

క ధన వర్గంబులు పీరి
చ్చినయవి యట్లగుట వేడ్క • సేయవు తగ మా
తన మగుకానిక యీవల
యును వే తోడ్తెరఁ బనుపు • ముత్తరఁ బ్రీతిన్.

వ. అనిన విని మత్స్యమహీవల్లభుండు మనం బలర మంత్రుల మొగంబు సూచి కుమారిక నలంకరించుకొని తెం డని నియోగించిన వారును బ్రియంబునం జని తత్కార్యశ్రవణసంప్రీత యగు సుధేష్ణయనుమతంబున.

క. పదనికి దాఁ బులు గడిగిన
మదనాస్త్రములేఖ గలిగి • మానినిమెయి చె
న్నొందవఁ గయిసేసి రప్పుడు
ముదితాజనములు ప్రమోద • మున లలితముగన్. 355

—• విరాటునిమంత్రు లుత్తరను బాండవులయొద్దకుఁ దోడ్తెచ్చుట •—

వ ఇట్లు శృంగారంబు సేసినయమ్ముద్దియకు ముక్తాఫలప్రాలంబమాలికల తోడి గొడుగులువట్టించి యత్యాదరంబున నయ్యమాత్యులు దోడ్తేర [1]ధారాధరనికరమనోహర యగుపర్జన్యలక్ష్మియుం బోలె వచ్చు చున్నం గని విరాటుం డెదురువోయి పురోహితులును బంధుజనంబులుం దానునుం బొదివిగొని పాండవాగ్రజునగ్రభాగంబునకుం దెచ్చి యచ్చెలువ నిలిపి సపరివారంబుగా దండప్రణామంబు సేసి చేతులు మొగిచ్చి యి ట్లనియె.

---

1 ఆ. ధారానికర.

తని కొకయొగ్గు సేఁత యుచి • తంబె యెఱింగెడునట్లు గాఁగఁ బో
యినఁ గనియెదఁ దురుద్ధతి వ • హించినఁ జూతము గాక పిమ్మటన్.

వ. అని పలికి వారల[1]కందు మాన్పి యిది యట్ల కొక యొందు దగునె యనుచుఁ దక్కినవారిదెసయుం గనుంగొనిన నెల్లవారు నుపశమించిరి తదనంతరంబ తమ్ము నెఱింగించు తెఱంగు దలపోసి వా రందఱు విరాటుకొలువుకూటంబునకుం బోయి బయలు మెఱసి యుండువారుగా నిశ్చయించి యారాత్రి గడపి వేగుటయుం గృతస్నాను లయి పాండుసూనులు సమయవిహితాచారంబులు నడపి యుచితప్రకారంబున. 314

క. తెలుపు లగుచీరలను బూఁ
తలఁ బువ్వుల నొప్పి రాజ • తనయానుగుణో
జ్జ్వలమాననీయవేషము
లలవడఁ గూడుకొని నగరి • కరిగిరి ప్రీతిన్. 315

క. చని ధర్మసుతుఁడు సింహా
సనమున భీమాదు లాత్మ • సముచితరుచిరా
సనముల సభాస్థలిం గయి
కొని పంచాగ్నులనుబోలెఁ • గూర్చున్నంతన్. 316

తే. వేడ్కఁదొడిపూసికట్టి య • వ్విరటుఁ డుత్త
రుండు దోఁజనుదేరఁగొ • ల్వుండుబుద్ధి
నచటి కేతెంచి కని విస్మ • యంబు నొంది
యెల్లిదంబుగఁ దలఁచుచు • నిట్టు లనియె. 317

క. ఇదియేమి కంక నీ వు
న్మదవృత్తివు శంక దక్క • నాగద్దియపైఁ

---

1. కుందు.

బ్రదిలంబుగఁ గూర్చుండితి
వదియును గా కిపుడు డిగ వ • హంకారమునన్. 318

వ. అనిన విని మందహాసంబు సేసి సంక్రందననందనుం డతని కిట్లనియె.

సీ. నడవిదీవియలు సేసె • నగరికి మాణిక్య
మకుటముల్ పూనిన • మనుజపతులఁ
దగునాజ్ఞసూయాణ • ముగ నొనరించె మం
చిగ నేలనాలుగు • చెఱఁగులకును
ఖీత్రార్థిజనుల స • చేతనత్యాగధ్వ
జములుగా నన్నిదే • శ ములఁ బఱపె
దిక్కులన్నింటను • దెలుపారుపూఁత గా
వించె నుజ్జ్వలయశో • విభ్రమంబు

తే. రాజసూయాధ్వరప్రవ • ర్తకుఁడు నిత్య
సత్యభాషామహావ్రత • శాలి పాండు
రాజదుగ్ధపయోనిధి • రాజు ధర్మ
రాజు సుమ్ము మత్స్యావనీ • రమణ యితఁడు.

ఉ. ఈతఁ డజాత శత్రుఁడు మ • హిందగ దిగ్విజయంబు సేసె వి
ద్యాతిశయార్థి వాసవు మ • హాసవ మైనను నెక్క నర్హుఁ డు
ద్ద్యోతితమూర్తి కౌరవకు • లోద్వహుఁ డార్యనికాయసంతత
ఖ్యాతచరిత్రు డీచఱుత • గద్దియకుం దగఁడే నరేశ్వరా. 321

— • అర్జునుఁడు విరాటునకుఁ ద న్నెఱిఁగించుట • —

వ. అనిన విని యతండు విస్మయసంశయంబులు మనంబున బెనంగొన
నితండు ధర్మతనయుండయేని భీమార్జుననకులసహదేవులుం బాంచా

లియు [1]వేరి యని యడిగినఁ గవ్వడి యి ట్లనియె. 322

చ. వలలుఁ డనంగ నీ నగర • వంటలవాఁ డయి నిల్చి వేడ్కకుం
బులిఁ గరిఁ గేసరిం దొడరి • పోరఁగఁ జంపినఁ బోరు జెట్టిమ
ల్లుల విఱచుం గడంగి ప్రబ • లుం డనఁగాఁ జరియించు చుండు వి
చ్చలవిడి భీముఁ డీతఁ డవి • షహ్యపరాక్రమదుర్దముం డనిన్. 323

తే. బకమహాసురు నిర్జించి • బ్రాహ్మణులకుఁ
ప్రీతిఁ గావించెఁ గిమ్మీరు • పే రడంచి
వనము నిష్కంటకము సేసె • ఘను హిడింబుఁ
గూల్చి యాతనిచెలియలిఁ • గొనియె నితఁడు. 324

క. నీమెచ్చు వారువంబులఁ
దా[2]మచ్చుగ నరయు నిత్య • తాత్పర్యమునన్
దామగ్రంథి యనఁగ నొక
నామము ధరియించె నితఁడు • నకులుం డధిపా. 325

క. శత్రునృపకాలకూటము
మిత్రామృతవృష్టి బుధప • మీహిత[3]సిద్ధి
క్షేత్రము సజ్జనసంస్తుతి
పాత్ర మితఁడు మాద్రితొలుత • పట్టి నరేంద్రా, 326

క. నీపాలికి వచ్చి నిఖిల
గోపాలకముఖ్యవృత్తిఁ గొలువు వడసి తం
త్రీపాలుఁ డనఁగ మత్స్య
క్ష్మాపాలక మెఱుఁగు వీఁడె • సహదేవుండున్. 327

---

1 గ. నేరి, 2 జ. మెచ్చుగ, 3 క. సిద్ధ, గ. బుద్ధి.

క. సుకుమారమానసుఁడు గొం
తికిఁ బ్రాణము ప్రాణ మిత్రుఁడు • తేకోగణ్యుం
డకుటిలుఁడు రాజనీతి
ప్రకారసంవేది 'వంశ • పావనుఁడు నృపా. 328

వ. అని యిట్లు ధర్మజభీమనకులసహదేవులం గ్రమంబునం జూపి చెప్పి
మఱియు ని ట్లనియె. 329

క. విను సైరంధ్రీవేషం
బున మాలిని యనఁగ బరఁగి • పూతచరిత్రం
బునఁ గేకయభూవరనం
దనకడ మెలఁగుసతి ద్రుపద • తనయ మహీశా.

క. ఆచపలాక్షికిఁగా మన
కీచకు లందఱును రాత్రి • గీటడఁచె రహ
స్యోచిత విధమున గంధ
ర్వాచరణము పేర భీముఁ • డతిభీమముగాఁ. 331

— • విరాటునకు భీముఁ డర్జును నెఱింగించుట • —

వ. అనియె నప్పుడు వృకోదరుండు. 332

సీ. షండరూపమునఁ బ్ర • చ్ఛన్నుఁ డై వచ్చి క
న్నియలకు నెల్లను • నృత్తగీత
వాద్యనైపుణ మన • వద్యశిక్షావిధి
నలవరించుచు బృహ • న్నల యనంగ
బరఁగునీతండు బీ • భత్సుండు సు మ్మని
చూపి యమ్మత్స్యరా • జునకుఁ జెప్పి

వెండియుఁ బలుకు నా • ఖండలు నోడించి
ఖాండవ మేర్చె నా • తండు దన్ను
తే. గారవించిన నెక్కటి • కాలకేయ
వర్గములఁ బరిమార్చె ని • వాతకవచ
సంఘములనోర్చె గంధర్వ • సమితిగెలిచి
ధార్తరాష్ట్రాగ్రజుని చెఱఁ • దలఁగె నితఁడు.

వ. అనిన విని యద్భుతరసాక్రాంతం బగునంతరంగంబునం గలుగుసందే
హావేశంబువిస్మయసంభ్రమంబుల నిగుడ వీ కునికిం జేసి చిక్కువడి
యున్ననిజజనకునకు నర్జునుం జూపి యుత్తరుం డిట్లనియె. 334

తే. ఈతఁ డింతకు మీకుఁ ద • న్నెఱుఁగఁ జెప్ప
వలవ దని నియమించినఁ • దెలియఁ బలుక
నలికి యొక దేవసన్నిభుం • డంటిఁ గాని
నిన్న యంతయుఁ దాఁ గదా • నిర్వహించె. 335

చ. ఒకరుఁడ తాను భీతి వెగ • [1]డొందెదురెండవనన్ను నెట్టకే
లకుఁ దగఁ దేర్చునప్పుడు బ • లంబులతోఁ గురురాజు సూడ దా
నికి మది శంకలేమి మహ • నీయపరాక్రముఁ డైనయీకిరీ
టికిఁ జనుఁగాక యిన్విధము • డెప్పర మన్యుల కోర్వ వచ్చునే.

చ తము నెఱిఁగించి యల్లనుచి • తప్రియభాషల నన్ను సూతకృ
త్యమునకుఁ జొన్ప నేను భ్రమ • దంబున [2]నప్పటి కియ్యకొంటిలో
కము సమరంబునట్ల యని • కయ్యముతీవ్రతకుం దగంగ ర
థ్యములఁ జరింపఁజేత భర • మై తుదిఁ బల్మఱు నోహటించితిన్.

1 గ. డొందఁగ రెండవయేను, జ. డొందెదు రెండవునేను-నెట్టకేలకు
నన్నుఁ దేర్చు, 2 జ. నప్పని

క మొగ మోడఁ డితఁడు కౌరవ
జగతీశుఁడు విఱిగినపుడు • జవమున వెనుకం
దగిలి యిది జూద మాడఁగ
నగునెడ గా దఱుమ వలయు • నతనితోన్.

ఆ అనిన నలఁడు వెఱపు • నత్యాదరంబును
సంతసంబు మాన • సమున బెరయ
నవయవముల సంభ్ర • మావేశ మేర్పడ
గారవమున విజయుఁ • గౌఁగిలించె. 339

క. వినయంబు మిగులఁ గుంతీ
తనయాగ్రజు పాదపీఠ • తలమున ఫాలం
బును బొందఁ జాఁగి మ్రొక్కియు
తని కౌఁగిలి వడసె సమ్మ • దము చఱకొత్తన్. 340

ఆ ప్రీతి వలుమడింప • భీమునిఁ గవల నా
లింగనంబు సేసి • యంగకములఁ
బులక లెగయఁ గేలు • దల మోడ్చి ధర్మజు
నాననమున దృష్టి యదర నిలిపె.

ఉ అత్తఱి లేచి వచ్చి తన • యన్నలఁ దమ్ములఁ గానిపించె న
య్యుత్తరు నర్జునుండు దగ • వొందఁగ నప్పుడ పిల్వఁ బంచె మా
త్స్యోత్తముఁ డార్యమిత్రసచి • వోత్కరసోదరవర్గపుత్రకో
దాత్తభటాదియోగ్యుల ము • దంబునఁ బాండదర్శనార్థమై. 342

వ. ఇట్లు సమస్తజనసమేతంబుగా ధర్మతనయ సేవాతత్పరుండై తదనుమతి సముచితరుచిరాసనంబున నుండి విరాటుం డంతఃపురవర్తులం బిలిచి యంతయు సుధేష్ణ కెఱింగింపం బనిచి పాంచాలిం దగిన తెఱంగున

గారవించునట్లుగా గావించె నట్టియెడ ధనంజయుం డి ట్లనియె. 343

తే. చాల దుస్తరమైన య • జ్ఞాతవాస
వత్సరంబు భవద్గర్భ • వాసగుప్తి
వలనఁ గడపితి మతి సుఖా • వాప్తచిత్త
వృత్తి నేము నిర్భయులమై • విందులట్ల. 344

వ. అనిన విని విరాటుం డతని కి ట్లనియె. 345

ఉ. ఏ నన వేఱ యొక్కఁడనె • యి ట్లనఁగాఁ దగునయ్య యిమ్మెయిం
గానన దేశవాసములఁ • గాఱియ కోర్చి యడంగి యుండి మీ
పూనిక దీర్చి మీ రెలమిఁ • బొందుట యెల్లను బుణ్యదేవతా
నూనదయాసమృద్ధి నను • నొందుట గాదె సురేంద్రనందనా. 346

వ. అని పలికి ధర్మనందనుం జూచి.

చ. ధరణియుఁ బట్టణంబు హయ • దంతి రథంబులు గోవులుం భటో
త్కరము సమాత్యవర్గమును • గాఁ గలరాజ్య మితండ యేలు ని
ర్భరమున నేనుఁ బుత్రులును • బంధులుఁ దమ్ములుఁ గొల్చియుండెదం
గరిపురి కెత్తునట్టిపని • గల్గిన నోపినయంత సేసెదన్.

చ. అన విని యుత్తరుండు దగ • సజ్జనపాలకుతోడ ని ట్లను
న్మన కొక రాజ్యముం గలదె • నన్నును నిన్నును నిన్న మొన్న పీ
రనితరసాధ్యశత్రువిజ • యంబునఁ గాచినయప్డు గల్గఁ జే
సినయది దక్కఁ దాని మఱి • సెప్పఁగ నేటికి వింతవింతగన్. 349

వ. అది సిద్ధం బట్ల చెల్లం గాక యించుక విశేషంబు గలదు వినుము.

చ. సవినయవృత్తిఁ గొల్వ మిట • చన్నదినంబుల వీరు నీఱు పైఁ
గవిన నిప్పులట్ల యధి • కం బగు తేజము దాఁప కున్కి న

ట్టివిధము సాపరాధతను • డెందము లూఱటఁ బొంది యుండ నే
రవు మన కట్లుగావ తగఁ • బ్రార్థన సేయుట యుక్త మిత్తఱిన్.

వ అదియునుం గాక. 352

క ధన వర్గంబులు వీ రి
చ్చినయవి యట్లగుట వేడ్క • సేయవు తగ నూ
తన మగుకానిక యీవల
యును వే తోడ్తెరఁ బనుపు • ముత్తరఁ బ్రీతిన్.

వ. అనిన విని మత్స్యమహీవల్లభుండు మనం బలర మంత్రుల మొగంబు సూచి కుమారిక నలంకరించుకొని తెం డని నియోగించిన వారును బ్రియంబునం జని తత్కార్యశ్రవణసంప్రీత యగు సుదేష్ణయనుమతంబున.

క. పదనికి రాఁ బలు గడిగిన
మదనాస్త్రములేఖ గలిగి • మానినిమెయి చె
న్నొందవఁ గయిసేసి రప్పుడు
ముదితాజనములు ప్రమోద • మున లలితముగన్. 355

— • విరాటునిమంత్రు లుత్తరను బాండవులయొద్దకుఁ దోడ్తెచ్చుట • —

వ ఇట్లు శృంగారంబుసేసినయమ్ముద్దియకు ముక్తాఫలప్రాలంబమాలికల తోడి గొడుగులువట్టించి యత్యాదరంబున నయ్యమాత్యులుదోడ్తేర [1]ధారాధరనికరమనోహర యగుపర్జన్యలక్ష్మియుంబోలె వచ్చుచున్నం గని విరాటుండెదురుబోయి పురోహితులును బంధుజనంబులుం దానునుం బొదివిగొని పాండవాగ్రజునగ్రభాగంబునకుం దెచ్చి యచ్చెలువ నిలిపి సపరివారంబుగా దండప్రణామంబుసేసి చేతులు మొగిచ్చి యిట్లనియె.

---

1 అ. ధారానికర.

చ్చో నొకయింతసేపు నెడ • సొచ్చుట కోర్వక యుండ నున్నయ
మ్మానినియుం గుమారుఁడును • మారవికారము లంకురింపఁగన్. 393

వ. అన్యోన్యావలోకనంబు సేయునప్పుడు.

సీ. వరుచూడ్కి ముద్దియ • వదనంబుపై బాఱి
తివుటమై నునుఁగాంతి • తివుఁగ్రోలు
సుందరీరత్నంబు • చూపు మనోరము
నడుగులయొప్పుపై • సల్లనడరుఁ
బతివిలోకనములు • పడఁతుకమైఁదీవఁ
కాలయంగఁ బలుమఱు • మెలఁగుచుండు
వెలఁదికటాక్షముల్ • విభునిపైఁ గ్రమమున
నెగసిమోమునఁ జోఁకి • మగిడివచ్చు

తే. నొండొరువులలేఁజెమటల • మూని[1] ప్రేఁగు
పడినచాడ్పున నవయవ • భంగులందుఁ
దగిలి[2] మఱుపునఁ దడయని • ద్రువిశాల
నయనదీప్తు లునెఱుకువ • బయలుపఱఁగ. 395

వ. తదనంతరంబ. 396

తే. ఒండొరులదోయిళుల విను • పొంపఁ జేయు
నక్షత్రప్రకరంబు ల • న్యోన్యమ ప్త
కములఁబోసిరి సుందర • కల్పలతలు
విరులుగమియనొండొకటపైఁ • గురియునట్లు.

---

1 క గ. ప్రేక. 2 జ. మఱువునఁ

చ. లలితతనూవిలాసముల • లజ్జకతంబునఁ జేసి మున్ను వి
చ్చలవిడిఁ బట్టఁగా వెరవు • సాలక యోరలు వాఱుచూపులన్
అలిఁ దలఁబ్రాలు వోయునెడ • లం దగవొందిన మూలుకొల్పి యి
మ్ములఁ 1బచరింతు రొండొరుల • మోహనమూర్తులపై వధూవరుల్.

తే. చిత్తమున గాఢరాగంబు • చేతికి జూపు
తెఱఁగు దోఁప గెంపారెడు • తీఁగబోఁడి
మృదులపాణిఁ గుమారుండు • మెఱపుమైఁ గ
హించెఁ బల్లవాలంబిమ • త్తేభలీల.

వ. ఇట్లు పాణిగ్రహణం బాచరించి. 400

క. పెనుఁగుదుట నిడినచూతం
బున నవమాలికయుఁబోలెఁ • బొలుపొంది రతం
డును నమ్ముగ్ధయు నేకా
సనమున నున్నపుడు మాత్ర • సౌభాగ్యమునన్. 401

సీ. కోర్కులు గెడఁగూడు కొని పార 2మెయ్యున
చిత్తంబు లూఱటఁ • జిగురు లొత్తఁ
బులకాంకురములకుఁ • 3దలతాకుడై యిరు
మేనను ఁవ్వంబు • మిగిలి పొదలఁ
దఱి వేచి చనఁబోయి • తడఁబడి 4మార్గతి
వడిచూపు లాదట • 5బయలుపఱువఁ
చెమటలతావులు • తమలోనఁ గలసి వే
ఱొక్కసౌరభము నై • చొక్కుపేయ

---

1 క. బరఁగింతు, 2. మెయ్యంగఁ జిత్తంబు 3 దలతాకులై ... మేనున,
4 గ మార్పడి, 5. మార్గడి. 6 గ బయలుపడఁగ,

తే. గాఢసంస్పర్శభంగులు • గల్గునట్టి
హోమసమయకృత్యంబుల • నొదవి సౌఖ్య
రసము[1] పెన్నిట్టవోరిఁ బోరి • గ్రమ్మ దేర
సమ్మదాంబుధిఁ దేలిరి • సతియుఁ బతియు.

వ. ఇవ్విధంబున వివాహంబు నిర్వహించి మత్స్యమహీనాథుండు మణిభూషణంబులు రుచిరాంబరంబులుఁ గర్పూరాదిసుగంధద్రవ్యంబులుఁ దాంబూలంబులతోడిపళ్లెరంబులుఁ బచరించి పాండవులకు వాసుదేవపూర్వకంబుగాఁ బురోహితప్రకరంబు నకుం గట్ట నిచ్చి యాజ్ఞసేనీసుభద్రలకు ననురూపాభరణపరిధానంబు లంతఃపురవర్తులైన యర్హజనంబులచేతం బుచ్చి సౌభద్రునకు భద్రసామజసప్తశతియును లోకోత్తరతురంగదశసహస్రంబును సలక్షణగోపంచలక్షయు రథంబులు రెండువేలును దాసదాసీజనంబు లక్షయు మఱియు నానాప్రకారంబు లగుధనంబులు వరణం బిచ్చె. నమ్మహనీయ మహోత్సవంబు మంగళసంవిధానసావధానపుణ్యాంగనలవలనను నృత్తగీతాదివైచిత్ర్యమనోహరవారనారీజనంబుల వలనను వినూత్నరత్నమయభూషణాది[2]దీప్తవేషవిరాజమానసుకుమారులచతురపరిహాసాదివిలాసంబులవలనను బ్రభూతవిభవవిభ్రాజితు లగు రాజసూనులమాననీయగరిమలలితవిహారవిశేషంబులవలనను బాంచాలయాదవకేకయాది బాంధవమహితమహిమాంచితసంచరణంబులవలనను నానందనిష్యందిపాండునందనసౌహార్దంబువలనను మత్స్య[3]మనుజపతిమందిరంబు పరమసంపద్భరితం బై యుండె నని చెప్పిన విని వైశంపాయనునితో జనమేజయుండు. 403

క. కుంతీనందను లట్ల
త్యంతవిభవ మెసఁగఁ బరిణ • యము సేసి సుహృ

1 పెన్నింట 2 గ. దీప్తివిశేషవిధా, 3 ఙ. నగరంబు.

త్సంతోషోజ్జ్వలులై తన
నంతర మెఱుంగి నడచి • రనవుడుఁ బ్రీతిన్. 404

చ. అమృతమయాత్మ భక్తి[1]సుగ • మానుభవోజ్జ్వలదివ్యవర్త్మ ష
ట్సమయగతానుభావ పురుష • త్రయతా[2]వివృతస్వభావ వి
ర్మలహృదయైకవాస ముని • రంజననిత్యవిలాసదోషసం
గమనినికర్తనా పరమ • గౌరవధుర్యపదప్రవర్తనా. 404

క. దుర్వహపటుతాపత్రయ
నిర్వాపణకరణబోధ • నిర్మలజనహృ
త్పర్వాచరణ మహాసుర
[3]గర్వాపహరత్వసంప్ర • కాశైకరణా. 406

మాలిని. నిగమకుసుమగంధో • న్మేషభూతాభిధానా
సగుణవిగుణలీలా • [4]సౌమ్యసాక్షిత్వనానా
జగదవన[5]విధానా • స్థైర్యదత్తావధానా
నగ[6]శరధినివాసా • నంద[7]సంస్తూయమానా. 407

గద్యము. ఇది శ్రీమదుభయకవిమిత్త్ర కొమ్మనామాత్యపుత్త్ర బుధారాధన
విరాజి తిక్కనసోమయాజిప్రణీతం బయిన శ్రీమహాభారతంబున
విరాటపర్వమునందు సర్వంబును బంచమాశ్వాసము. 408

శ్రీమదాంధ్రమహాభారతమునందలి విరాటపర్వము సమాప్తము.

---

1 క. నిగమా, 2 గ. వృతనిస్వభావ, 3 చ. గర్వాపహతత్త్వ సంప్ర • కాశనమూర్తీ. జ. గర్వహరణ తత్త్వసంప్ర • కాశన కరుణా, 4 క. స్వామ్య, గ. సామ్య, 5 అ. పిధాన, 6 గ జ ధరణినివా, 7 గ సం భావ్యమానా.

శ్రీహయగ్రీవాయ నమః

శ్రీమదాంధ్ర మహాభారతము

టి ప్ప ణి

విరాటపర్వము - తృతీయాశ్వాసము

1. శ్రీ త్త్వశివాత్త్వాలంబన . . . హరిహరనాథా! అను ఆశ్వాసాది పద్యమునఁ గవిబ్రహ్మయు నుభయకవిమిత్రుండు నగు శ్రీ తిక్కయజ్వ సమస్తదోషనివారకంబును శుభదాయకంబు నగు శ్రీకారంబును దొలుతఁ బ్రయోగించి పాఠకలోకమునకు శుభపరంపర నాకాంక్షించుచుఁ గృతిపతి యగు శ్రీహరిహరనాథుని సంబోధించుచున్నాఁడు.

శ్రీ త్త్వ = శ్రీశబ్దప్రవృత్తినిమిత్త శ్రయణీయత్వరూప శ్రీదేవీ ధర్మము, శివా త్త్వ = మంగళప్రదత్వరూప శివాశబ్ద ప్రవృత్తినిమిత్త పార్వతీధర్మము ఇవియే ఆలంబన = పట్టుగాఁ గల, తత్త్వ = స్త్రీ వ్యక్తులయొక్క శ్రీ యను గౌరి యనంబరఁగు చెల్వలయొక్క యనిభావము. ఆశ్లేష = కౌఁగిలింతలచే, ఆత్త = పొందఁబడిన, శబలతా = చిత్రవర్ణముతో, సంగత = కూడినవాఁడా! కర్తృత్వ = (పాలన) కర్తృత్వము, అధిక = సంహారకర్తృత్వము మెండ లగు, లీలా = విలాసములచే, ఆత్త = పొందఁబడిన, మహత్త్వ = మహిమయు, అహంకారభావ = అహంకారకర్తృత్వమును గలవాఁడా!

హరిహరనాథా = హరిహర స్వరూపుఁడవగు ఓదేవా! అని యీ సంబోధనముల కర్థము.

ఈ పద్యములోని నాల్గవపాదమునఁ బ్రాసలోఁ బడిన మహత్త్వ. అనుచోటఁ గలతకారము ద్విత్వకారము గనుక ప్రాయఃసర్వేషు చైః ఏత

స్యాత్ అను నియమానుసారము తక్కినమూఁడు ప్రాసలను గూడ వస్తుతః అవి ఏకతకారములే యైనను ఛందోనియమభంగపరిహారార్థము అనఁది చ అను మాత్రముచేర 'త' కారమునకు వైకల్పికముగా ద్విత్వము చేసికొని ప్రాసవ్యత్యాసమును సవరించుకొనవలెను

2. మహానస = వంటయిల్లు (వ్యు) మహత్ × అనస్ — శకటమువలె మహోపకారక మైనది. మహాచ్ఛబ్దమునకు ఆ కారము, అనస్ శబ్దమునకు టచ్ (అ) వ్యాకరణ కార్యములు వచ్చినవి.
యాజ్ఞసేని = ద్రౌపది (వ్యు) యజ్ఞసేనుని (ద్రుపదుని) కూఁతురు.

3. చేవడి = చిక్కి,

4. కోలదివియలు = వెలుఁతురు కట్టెల దివిటీలు. ఉల్కాః అని మూలము.

7. విసుమానపుఁ బీనుఁగులు = ఆశ్చర్యకరమౌ శైనశవములు.
తక్కినమనంబు = మూర్ఖుని చిత్తము.

11. కనవి = ప్రలపించి

16. అంగజ, రాగ, మత్తుఁడు = మన్మథ ప్రేమచేత మదించినవాఁడు.

17. ఇందు ద్రౌపదికి చేసిన-నిత్యశుచి, పుణ్యశీల, సుసాధ్వి, అను విశేషణములు సాభిప్రాయము లగుటచే పరికరాలంకారము - లక్షణము.

అలంకారః పరికరః సాభిప్రాయే విశేషణే-చంద్రాలోకము. కరదీక, నికాయము = (3) కాగడాల సమూహము

16 కాఁజలి = కా కులటఁ (కొరంగుటాలు) హన్యతాంశీఘ్రమసతీ యత్కృతే కీచకో హతః అని సంస్కృతభారతము మూలములో అసతీ అని ఉండుటచే కులట యనుయర్థము వ్రాయఁబడినది. ఉపకీచకుల దృష్టిలో సైరంధ్రి యట్లే గోచరింపవచ్చు.

18. పితృవనము = వల్లకాడు. అతిరావము = పెద్దధ్వని,

19. అనదన్ = దిక్కులేనిదానను, ఆలినయ్యె = భార్యనైతి,

20. ఈ పద్యమునందలి ఓజయ! ఓజయంత! ఓవిజయాభిధాన! ఓజయత్సేన! ఓజయద్బలా! అను సంబోధనములు వరుసగా ధర్మజ, భీమా, ర్జున, నకుల సహదేవులకు గుప్తనామములు, వానికిఁజేర్చిన విశేషణములు ఈ విషయమును స్ఫురింపఁ జేయు చున్నవి. జయో జయంతో విజయో జయత్సేనో జయద్బలః అని మూలము. ఆనతవైరి = శత్రువులచే నమస్కరింపఁ బడిన వాఁడా! దుర్మాన, విఘూర్ణమానరిపు మర్దన = దురహంకారముచేఁ గన్నులు తిరుగు శత్రువులను మర్దించువాఁడా! విరోధి, బాహు, బల, జృంభణ, భంజన! = శత్రువుల భుజబలము, యొక్క యతిశయమును భంగము చేయువాఁడా,

21. తొడఁగినపని = ప్రారంభించిన కార్యము, (పాఠాంతరము) తొడరినపని = ప్రాప్తించినపని, వైవస్వతుని = యమధర్మ రాజును, కడిమిమైన్ = పౌరుషముతో, ప్రేక్కడిన్ = చిటికెలో తమకించి = త్వరపడి,

22. పవమాన, తనూజుఁడు = వాయుపుత్రుఁడు (భీముఁడు) అంతము, ఐ = తయారై వంటలవాని వేషము మార్చి గంధర్వుల వేషమును ధరించి సిద్ధమై

వప్రలంఘనము = ప్రాకారము దాఁటుటను, గుప్తముగన్ = చాటుగా,

23. ప్రేతభూమి = శ్మశానభూమి, ఉన్నత, అవనీజంబు = పొడవైనచెట్టు, భుజశిఖరంబునయందు = మూపుమీఁద,

24. వికట = వంకర రైన, భ్రూకుటి = కనుబొమ ముడిచేత, ఘోర = భయంకర మైన, ఫాలభాగ = నొసట, కలిత = కూడిన, స్వేద = చెమటచే, ఉద్భటుండన్ = అధికుఁడను చిట్లించిన కనుబొమముడిచే భీకర మగునొసట చెమటబొట్లతో

నిండినవాఁ డని భావము. చలత్, వికృత, ఓష్ఠద్వయుఁడున్ = కదలుచున్నట్టియు, మార్పుచెందిన పెదవులజంట గలవాఁడును, వికృత × ఓష్ఠ = వికృతోష్ఠ - పరరూపసంధి సమాసమున అకారమునకు ఓతు, ఓష్ఠ, శబ్దములు పర మగునపుడు వికల్పముగా పరరూప సంధి వచ్చును.

ప్రమర్దన, దశా, ఆవిర్భావ, సంభావిత, అంగకుఁడున్ = సంహారావస్థావిర్భావమునకు ఊహింపఁ బడిన దేహము గలవాఁడును, చిత్ర, విదాహ, దోహల, సమగ్ర, క్రోధ, వేగుండున్ = మనస్సును మిగుల దహింపఁజేయు నుత్సాహము గలనిండుకోపోద్రేకము కలవాఁడును, ఒక విధ్వంసకుఁడు = భీముఁడు,

శుంభత్ × మూర్తి, విస్ఫూర్తితోన్ = ప్రకాశమాన మగు శరీరము యొక్క విజృంభణముతో,

ఈపద్యము సమాసబహుళము అత్యుత్కటపదభూయిష్ఠము నై ఓజఃకాంతిమతీ గౌడీయా అను వామనాచార్యసూక్తికి లక్ష్యమై తాత్కాలికభీమ భీకరాకారమును పాఠకుల కనులముందు గోచరింపఁ జేయుచు నిఘట్టమున కలంకారభూతమై కవి వృషభుల మహాకావ్య మనియు అన్న శ్రీ నన్నయ్యభట్టారకుని భారత ప్రశంసను స్మృతికిఁ దెచ్చుచున్నది.

27. బెగడు = భయము,

31. పొరువునన్ = (ప్రక్క-న-రూపాంతరము)

34. కుంతీనందన = పాండవులయొక్క, కాంతా = ప్రియురాలగు ద్రౌపదియొక్క, చింతా = దుఃఖము నెడు, మహాత్, అంధకారముతో, = పెనుఁజీకటితో, సంతమసంబు కటిక చీఁకటి,

44. వచ్చితి × అమ్మ = వచ్చితమ్మ. సూ|| మధ్యమపురుషేకారమునకు సంధి నిత్యము.
జనునిన్ = యమధర్మరాజును,

భారత గ్రంథమాల   సం. రా

గుంటూరు – I

శ్రీమదాంధ్రమహాభారతము

విరాటపర్వము

✦✷✦

మధ్వశ్రీ పల్లెపూర్ణ ప్రజ్ఞాచార్య విరచిత

లము టీకా వ్యాకరణవిశేష సహితము

Acc. NO. 2401

ప్రకాశకుడు

చతుర్వేదుల పార్థసారధి

గుంటూరు

గుంటూరు లతా ప్రింటింగ్ అండ్ బైండింగ్ వర్క్సునందు

ముద్రింపబడినది

1972

సర్వస్వామ్య సంకలితము

చందాదార్లకు రు. 5_00   ఇతరులకు రు. 7_00

ఐశ్వర్యము సమృద్ధిగా వర్ణించుటచే ఉదాత్తాలంకారము. ఈ సందర్భమున మూలములో నింత హెచ్చుగాఁ గనిపించదు.

97. క్షాత్రసమగ్రులు = శౌర్యముతో నిండినవారు.

ఆర్య, నుత, గౌరవ, దీప్తులు = పెద్దలచేఁ బొగడఁబడిన గౌరవము తేజము గలవారు లేదా గౌరవముచేఁ బ్రకాశించువారు. వర్ణనీయ, సౌభ్రాత్రులు = వర్ణింపఁ దగిన మంచి సోదరభావము గలవారు.

ఉదాత్త, దైవ, బల, భవ్యులు = గొప్ప దైవబలముచే క్షేమము గలవారు, పృథాపుత్త్రులు = కుంతీసుతులు (పాండవులు) ఇందలి విశేషణములు పాండవుల నాపదలు పొందిన వనుటను రూఢిచేయుచున్నవి.

ఇందు ప్రాసస్థానములోని క్షాత్త్ర, పుత్త్ర, శబ్దములు ద్విత్తకారములు గాన సౌభ్రాత్ర, ధాత్రీ శబ్దములనుగూడ వైకల్పిక ద్విత్వముచే ద్విత్తకారములుఁ గావించుకొని ప్రాసదోషమును వారించుకొనవలెను. ఈయాశ్వాసములోని మొదటి పద్యమును జూడుఁడు.

102 భవ్యవిభూతికుఁ = మేలగు సంపద లేదా మంచి యైశ్వర్యము అస్ఖలితశమము = లొట్టుపాటులేని అంతరింద్రియ నిగ్రహము అక్షీణ పుణ్యదోహలుఁడు = తఱుగని పుణ్యకార్యములందు ఆదరము గలవాఁడు,

116 అంధతమస, గూఢవృత్తిన్ = కటికచీఁకటియందు రహస్య. వర్తనముతో (అంధ × తమము = (అంధతమసము)

118. భండనము = యుద్ధము,

119. సప్తాంగము = రాజ్యము (స్వామి అమాత్య, సుహృత్, కోశ, రాష్ట్ర, దుర్గ, బలములు.

125 వెన్నడి = వెంటాడి (వెన్నాడి-రూపాంతరము)

130. జోడు=కవచము, పక్కెర = గుఱ్ఱములోనగు వానియంగి కైదువు=ఆయుధము, బిరుదురవణంబు = సామర్థ్య చిహ్నమగు భూషణంబు, పవరణంబులన్ = వాహనాద్యలంకారములను, అక్కజంబుగాన్=ఆశ్చర్యముగా, ఆపోశనంబు (ఆపః×అశనంబు) భోజన ప్రారంభమున మంత్ర పూర్వకముగాఁజేయు జలపానము. పరిషేచనము.

145. లోకస్తుత్య=వీరలోకముచే స్తుతింపఁదగిన, – విభూతిన్= ఐశ్వర్యముచే, అన్య=శత్రువులయొక్క, పృతనా = సేనను, లుంటాక=దోచివేయునట్టి, బాహా, బల, శ్రీ = భుజపరాక్రమ సంపద, కల్మిన్=కలిగియుండుటచేత, రథదంతి . . . విభ్రమంబునన్=రథములు, ఏనుఁగులు, గుఱ్ఱములు, కాలుబలములు, వీని సంపత్తులచేత అతిశయించిన, సేనయొక్క కల్పనృత్త పతాకా విలాసముతో,

146 సముజ్జ్వల=ప్రకాశించుచున్న, హేమవర్మ=బంగారు కవచము నుండి, నిర్యాత=బయలు వెడలిన,
రుచిచ్ఛటా=కాంతిపుంజములయొక్క,
పటల=సమూహముచే, రంజిత=పూయఁబడిన
హేతి=కత్తులచే, మహోగ్ర=మిక్కిలి భీకరమగు,
సైన్యుఁడు=సేన గలవాఁడు

156 గంధదంతావళ కర్ణమారుతహతిన్=మదపుటేనుఁగుల చెవులచేఁ గలిగిన గాడ్పుల తాఁకిడిచేత, తురగఖుర×ఉద్ధూత, ధూళీ= గుఱ్ఱముల గిట్టలచేత, లేగఁ గొట్టఁబడిన దుమ్ము,

229. కంధరములు=కంఠములు. అతిశక్య. తాల, సుభగ, ఫల, ఆళీ, బంధురతన్=మిక్కిలి పండిన అందములగు తాటిపండ్ల పంక్తులట్లు దట్టముగా

230. అక్కజమగు కడిమి=అచ్చెరువగు పరాక్రమము

231. చెలికిన్=మిత్రునకు, ఎదరు=ఆశచు.

232 దేవనితంబినీజన=అప్సరః కాంతలతో. సదృక్ష = సమాన లగు, మృగాక్షులు=లేడికన్నులవంటి కన్నులుగల స్త్రీలు.

237. 238. 239. } ఉభయ కవిమిత్రులగు శ్రీ తిక్కయజ్వగారు ఈ మూఁడు పద్యములతో ఆశ్వాసాంతమున అంత్యానుప్రాసములలో కృతిపతియగు శ్రీహరిహరనాథుని సంబోధించుచున్నారు.

287. విసిరస్త, సమస్తవికార! = పోయిన సమస్త వికారములు గలవాఁడా! నిర్వికారుఁడా! యనిభావము.

షట్ ప్రమాణ పరమదూర! = ఆఱు ప్రమాణములకును దవ్వున నున్నవాఁడా! ఏ ప్రమాణమునకును అందనివాఁడా! యని తాత్పర్యము. షట్ ప్రమాణములు. 1. ప్రత్యక్షము 2 అనుమానము 3 ఉపమానము 4 శాబ్దము 5 అర్థాపత్తి 6 అనుపలబ్ధి.

శాంతిపరమహాత్మ సంసరణదూర!=శాంతిపరులగు మహాత్ములకు సంసారవారాశితీరము వంటవాఁడా!

238. విజ్ఞాన . . . హంస! విజ్ఞానరసమును ఆనందరసమును తెలిసిన జ్ఞానులయొక్క హృదయపద్మములను వికసింపఁజేయు సూర్యుని వఁటివాఁడా!

139. త్రిజగత్ . . . ప్రమోదా! = మూఁడులోకములను రక్షించుట యనెడు నిత్యక్రీడవలన ఉదయించుచున్న ఆనందము గలవాఁడా!

ఈయాశ్వాసాంత సంబుద్ధులన్నియు హరిహరులకు సమన్వయించుకొనవలెను.

శ్రీహయగ్రీవాయ నమః

శ్రీమదాంధ్రమహాభారతము

టిప్పణి

విరాటపర్వము-చతుర్థాశ్వాసము

1. క॥ శ్రీమదరేఖ . , . హరిహరసాఖా !

శ్రీ మదరేఖ ! లక్ష్మీసంబంధమగు కస్తూరీరేఖలు గలవాఁడా! (హరిపరమున) శ్రీ మదరేఖ i = పార్వతీసంబంధి కస్తూరి రేఖలు గలవాఁడా! యని హరపరమున అర్థము.

విషాదవిరామా ! = భక్తుల దుఃఖమును బోఁగొట్టువాఁడా !

హిత . . . నివాస! = హితమును దృఢమును అగు శాంతిభరముతో నిండిన నిష్ఠచే మర్దింపఁబడిన వివిధవికారములు గల సజ్జనులయొక్క మనస్సే నివాసముగాఁ గలవాఁడా! అని యుభయత్ర అర్థము సమానము.

3. భీష్మాచార్య . . . సంఘోద్భటము × వి =

భీష్ముఁడు ద్రోణాచార్యుఁడు కర్ణుఁడు మొదలుగాఁగల యోధ సమూహముతో అధికమై,

ఈ సమాసములోని ఆచార్య శబ్దము ధనురాచార్యుఁడగు ద్రోణ వాచకముగా వాడఁబడినది, పూర్వపదముతోఁ జేర్చుకొని యన్వయింపరాదు,

4. ప్రముక్కిడిమూఁకలు=అల్పములగు సేనలు—శరాసారంబునఁబడి బాణముల ధారావర్షముచేత (జడివానచేత)

తెగ్గిలించి భయపడి,

www.ingramcontent.com/pod-product-compliance
Lightning Source LLC
LaVergne TN
LVHW020118220825
819277LV00036B/494
9781021234018